D1770850

வரப்புகள்

# வரப்புகள்

## பூமணி

டிஸ்கவரி புக் பேலஸ்
கே.கே.நகர் மேற்கு, சென்னை - 600 078.
(பாண்டிச்சேரி கெஸ்ட் ஹவுஸ் அருகில்)
Ph: 044-6515 7525 Mobile: +91 87545 07070

வரப்புகள் (நாவல்)
ஆசிரியர்: பூமணி©

**Varappukal (Novel)**
Author: Poomani©

First Short Edition: December 2017
Second Short Edition: September 2019
Pages: 144
ISBN: 978-93-86555-32-8

**Discovery Book Palace**
# 6, Mahaveer Complex, Munusamy Salai,
K.K.Nagar West, Chennai-600 078.
Ph: +91 - 44-6515 7525
Mobile: +91 87545 07070

E-mail: discoverybookpalace@gmail.com,
Website: www.discoverybookpalace.com

Rs. 160

# பூமணி

(1947)

**தூ**த்துக்குடி மாவட்டம் கோவில்பட்டியருகே ஆண்டிபட்டி என்னும் சிற்றூரில் பிறந்தவர். தந்தை முகம் அறியாமல் தாயின் அரவணைப்பில் வளர்ந்தவர். விவசாயக் குடும்பம். கல்லூரிப் பருவத்திலேயே இலக்கியத் தளத்தில் எட்டுவைத்தவர். பலரைப்போல் கவிதையில் தொடங்கி சிறுகதை நாவல் கட்டுரை மொழிபெயர்ப்பு திரைப்படம் எனத் தளத்தை விரித்துக்கொண்டவர்.

தமிழ்ச் சிறுகதைகளுக்கும் நாவல்களுக்கும் சொந்த முகம் கொடுத்தவர்கள் என்று சிலரை வரிசைப்படுத்தினால் அதில் இவருக்கும் இடமுண்டு. மொழிவளம் நிறைந்த இவரது புனைவுகளில் மண்மீதான ரசனையும் பிரியமும் அமுங்கி அடித்தட்டு மக்களின் குரல்கள் ஓங்கியொலிப்பதைக் கேட்கலாம்.

சின்னத் திரைக்காகச் சில கதைகளையும் பேனாமுள் தயாரிப்புப் பற்றிய ஆவணப்படத்தையும் எழுதி இயக்கியுள்ளார். தேசிய திரைப்பட வளர்ச்சிக் கழகத்துக்காக தீப்பெட்டித் தொழிலில் குழந்தை உழைப்பை மையமாகக் கொண்டு ‘கருவேலம் பூக்கள்’ என்ற திரைப்படத்தை எழுதி இயக்கியுள்ளார். அது தமிழக அரசு விருது பெற்றது. சர்வேதசத் திரைப்பட விழாக்களில் கலந்துகொண்டது.

இவர் சாகித்ய அகாடமி விருது உட்பட பல விருதுகளைப் பெற்றவர். இவரது நூல்கள் ஆங்கிலம் இந்தி வங்காளம் பிரெஞ்சு மொழியில் பெயர்க்கப்பட்டுள்ளன.

தமிழக அரசின் கூட்டுறவுத் துறையில் அதிகாரியாகப் பணியாற்றி ஓய்வுபெற்ற இவர் தற்போது கோவில்பட்டியில் வசித்து வருகிறார்.

# 1

ரங்கராஜனுக்குக் காலையில் ரெண்டு பீரியடு கிளாஸ் கிடையாது. ஸ்கூலில் கையெழுத்துப் போட்டுவிட்டு வந்து ரூம் திருணையில் உட்கார்ந்தார்.

கிளாஸ் இல்லையென்றால் டீச்சர்ஸ் ரூமில் அரட்டையடிக்க மாட்டார். நேரே வரவேண்டியது சட்டையைக் கழற்றிவிட்டு ஸ்கூலைப் பார்த்தபடி உட்காரவேண்டியது. எவ்வளவு நேரமானாலும் அமைதியாக இருக்கலாம். அதுக்கேற்றவாறு அக்ரஹாரமும் சந்தடியற்றிருக்கும்.

எதிர் வரிசையில் சுவர் மண் கரைந்த மேடுகள். அவை மேலும் கரைந்துவிடாமல் குடைப்பிடிக்கும் குப்பைமேனிச் செடிகள். சிறகு வலிக்கப் பறந்தலைந்து செடிக்குச் செடி உட்கார்ந்து ஏமாறும் வண்ணத்துப்பூச்சிகள் விறைப்பாகக் கிளம்பி நீர் வாய்க்கால் பூக்களில் இறங்கும்வரை பார்வை நீளும். தூரத்துச் சத்தங்களின் திவலைத் தூவலில் நேரம் மெல்லக் கரையும்.

ரெண்டாம் மணியடித்து ஓய்ந்திருந்தது. டிராயர் மூடிய மேஜையாக பிதுக்கமில்லாமல் ஸ்கூல். சகாரா பாலைவனத்தைக் கடப்பதுபோல் ஒருவர் கிரவுண்டில் சாவகாசமாக நடந்து போனார்.

எல்லா வாத்தியார்களும் வந்துவிட்டார்கள். வழக்கமாகக் கடைசி நேரத்தில் உதைந்து உதைந்து எட்டுவைக்கும் டிராயிங் மாஸ்டரும் உள்ளே சொருவிக்கொண்டார்.

ஹெட் மாஸ்டர் மட்டும் வரவில்லை. அவரை எதிர்பார்த்து ஆபீஸ் வாசலில் பியூனும் வாட்டர் மேனும் காத்திருந்தார்கள். தாவாரத்தில் வாத்தியார் கூட்டம் அடக்கி வாசித்துக்கொண்டி ருந்தது. அட்டெண்டரும் ஹெட் கிளார்க்கும் அடிக்கடி எட்டிப்

பார்த்துவிட்டு உள்ளே போனார்கள். ஹெட் மாஸ்டர் வந்ததும் பிரேயர் தொடங்கும்.

தமிழய்யா சுவரோரம் நடந்து வெற்றிலையைத் துப்பிவிட்டு வாய் கொப்புளித்தார். இந்த வெறும் வாய் விவகாரம் பிரேயர் முடியும் வரைதான். மனுசன் வாய் திறந்து பாடுவதுமில்லை. பிறகேன் வீண் வேலை. பானைத் தண்ணீருக்குக் கேடா. பிரேயர் முடிந்ததும் வெற்றிலை போடணும். அதில்லாமல் ஒரு நிமிசம் பாடம் நடத்த முடியாது. சண்டிக்காளை மாதிரி டீச்சர்ஸ் ரூமில் லாந்துவார்.

பிரேயர் மணி அடித்தாயிற்று. ஸ்கூல் அணை உடைந்து பையன் களும் பெண்களும் கிரவுண்டில் ரசாயனக் கலவையாகப் பெருகிக் கிடந்தார்கள். வகுப்புவாரியான வரிசைகள். எல்லாத் தலைகளிலும் ஒரு ஒட்டுமொத்த எதிர்பார்ப்பு உட்கார்ந்திருந்தது. கொஞ்ச நேரத்தில் ஹெட் மாஸ்டர் வந்துவிடுவார்.

ரங்கராஜன் இப்போதெல்லாம் பிரேயருக்குப் போவதில்லை. எல்லாரும் சேர்ந்து ஒப்புக்கு "உலகம் யாவையும்..." பாடுவதில் பிரியமற்றுப் போயிற்று.

ஆரம்பத்தில் ரெம்ப ஈடுபாடு இருந்ததுண்டு. ஒவ்வொருநாள் காலையும் மனச் சுமையைக் கொட்டி துணைக் குரல்களுடன் உச்சத்துக்குப் போகிற சஞ்சாரம். மொத்தமாகக் குழையும் ராகம் உள்ளேறி சலனம் விலகும். புது வெயிலுக்குப் புடம்போட்ட மாதிரி இருக்கும். அந்தப் பூரிப்பு நிலையில் எத்தனையோ ஜீவநதிகள் பிர வகிக்கும். சிந்துச் சமவெளி ஸ்தெப்பி புல்வெளி ஆல்ப்ஸ் மலைத் தொடர் என்று கற்பனைகள் விரியும் உயரும்.

அதெல்லாம் பழைய கதை. வர வர பிரேயர் ஹெட் மாஸ்டரை எதிர்பார்க்கும் நேரக் குடைச்சலில் தளர்ந்துபோனது. சிலருக்குக் கண்மூடிக் கசியப் பொறுமையற்று வெயில் தீண்டலுக்கு வெறும் முகச்சுளிப்பாகிவிட்டது. பிரேயருக்குப் போக மனசில்லைதான்.

ஆபீசுக்கு முன்னால் கார் வந்து நின்றது. ஓட்டி வந்த ஹெட் மாஸ்டர் இறங்கினார். வாத்தியார்கள் வந்து வணக்கம் போட் டார்கள். வாட்டர்மேன் ஓடிப்போய் கார் கதவைச் சாத்தினான். பியூன் கார் டிக்கியிலிருந்து புஸ்தகக் கட்டை எடுத்தபின்னும் துழாவிக்கொண்டிருந்தான்.

ரங்கராஜன் முணுமுணுத்தார்.

"அங்க வேறென்ன இருக்கறது. தேடறான் பாரு."

ஹெட் மாஸ்டர் பரிவாரத்துடன் கிரவுண்டுக்கு நடந்தார். உயரமான ஷூவில் அவர் எம்பி எம்பி நடப்பதே தனி. முடிவெட்டிய

குதிரை மாதிரி இருக்கும். வயசாகியும் உடம்பில் சதை குறையாத தோற்றம். தலைகுனிந்தால் தாடைக்குக் கீழே ரிங் டென்னிஸ் மடிப்பு. நெருங்கிக் கவனித்தால் லேசான வழுக்கையும் ஊடு நரை யும் தெரியும். தேசப் படத்தில் கிளை நதிகளைப்போல் முகத்தில் மெல்லிய சுருக்கங்கள் ஓடியிருக்கும்.

கிரவுண்டில் வாத்தியார்கள் பெரிய பையன்களானார்கள். கூட்டத்தின் 'ப' வடிவம் ஹெட் மாஸ்டரால் புள்ளி வைத்துக் கொண்டது.

பிரேயர் தொடக்கம். டிரில் மாஸ்டர் அட்டென்ஷன் சொன்னார். டிராயிங் மாஸ்டர் கஷ்டப்பட்டு காலைச் சேர்த்து விறைப்பாக்கினார். தயக்கத்தில் சுதியேறிய கடவுள் வாழ்த்து தொய்ந்தும் முறுக்கியும் கிரவுண்டில் பரவியது.

டிரில் மாஸ்டர் எல்லாருடைய விறைப்பையும் தளர்த்தினார். பாட்டு முடிந்த பிறகும் தமிழய்யாவின் வாய் அசைவது நன்றாகத் தெரிந்தது. அய்யாவுக்கு வெற்றிலை ஞாபகம் வந்துவிட்டது.

கூட்டம் கலைந்தபோது ஹிந்தி டீச்சர் ருக்மணி ஆறாம் வகுப்பு ராஜேஸ்வரி டீச்சருடன் அரட்டையடித்துக்கொண்டு போனாள். வரிசையில் கோர்த்திருந்த பெண்கள் சற்றுப் பிதுங்கி அவர்களைத் திரும்பிப் பார்த்தார்கள்.

ஹெட் மாஸ்டர் சைன்ஸ் அஸிஸ்டென்ட் தங்கச்சாமியுடனும் மேத்ஸ் மனோகரனுடனும் பேசிக்கொண்டு நடந்தார். கிராப்ட் வாத்தியார் மற்றவர்களிடமிருந்து விலகி மூக்கை விசிறிச் சிந்தினார். ஏழாம் வகுப்பு கிருஷ்ணசாமி சட்டைக்குள் கையை நுழைத்து முதுகைச் சொறிந்துகொண்டார். சுப்பையாதாஸும் குழந்தைச் சாமியும் ரெம்ப அன்னியோன்னியமாக காதைக் கடித்துக்கொண்டு போனார்கள்.

டிரில் மாஸ்டர் கிரவுண்டிலிருந்து ஸ்கூலுக்குப் போகவில்லை. டிராயிங் மாஸ்டரிடம் கிண்டல் பேசிவிட்டு ரூமுக்குத் திரும்பினார். ரங்கராஜன் சம்மணத்தை அவுத்து கால்களைத் தொங்கப்போட்டார்.

"பாண்டியனுக்கு டிரில் கெடையாதா."

அவர் ரங்கராஜனுக்கருகில் உட்கார்ந்தார்.

"எனக்கா பையங்களுக்கா சார்."

"ஒங்களுக்கு டிரில் நடத்த வேற ஆள் இருக்கறா. நான் பையங்களச் சொன்னென்."

"செகண்ட் பீரியடுதான் சார்."

“ஓங்களுக்கென்ன பாண்டியன் ஆறாம் வகுப்புக்கு அபாரமா டிரில் நடத்தறேளாமே.”

“கேலியா பண்றீக. காஞ்சு கெடக்கிற மனுசனப் போயி.”

பாண்டியனிடமிருந்து நல்ல வாசனை வந்தது. நெற்றிகூட வேர்க்கவில்லை.

“பார்த்தாலே தெரியறது காஞ்சு கெடக்கறத.”

“வேற எப்படித் தெரியிது.”

“கொடுத்துவச்சவா.”

“கதைய மாத்திச் சொல்றீக.”

“கதையே இல்லாறச்ச எத மாத்தறது.”

“நீங்கதான் சார் லக்கி. இந்தி படிக்கிறவுகளாச்சே.”

“வாய மூடுங்கோ. நம்ம லட்சணத்துக்கு அது வேறயா.”

“ஓங்க லச்சணத்துக்கென்ன மாப்பிள மாதிரி.”

ரங்கராஜன் துண்டால் முகந் துடைத்து வயிற்றை மூடி மறைத்தார்.

“ரிடையராறதுக்கு முன்னால மாப்பிள்ளையாயிடுவென் பாண்டியன்.”

“அப்படி நெனைக்காதங்க சார்.”

“நெனக்காம இருந்தா மட்டும் சகல லட்சணமும் வந்துடப் போறதா.”

ரங்கராஜன் உதடுகளைச் சிரமப்படுத்திப் பல் தெரியாமல் பொருத்தினார். பாண்டியன் சற்று மௌனத்துக்குப்பின் பேச்சின் போக்கை மாற்றினார்.

“ஏன் சார் பிரேயருக்கு வரமாட்டங்கீக. நான் அட்டென்ஷன் சொல்லிக் கேக்கவான்னுதான.”

“ஓங்க வார்த்தைக்கு அத்தன பேரும் மரியாத கொடுக்கறதா நெனப்போ.”

“நீங்க இங்கருந்து பாத்துட்டுத்தான இருக்கீக.”

“நன்னாப் பாக்கறென். பிரேயரா நடக்கறது.”

“வேற என்ன நடக்குது.”

“பாண்டியனுக்குத் தெரியாம கிரவுண்டுல ஒரு ஈ எறும்பு நடக்க முடியுமா.”

“தெரிஞ்சு என்ன செய்ய சார்.”

“இவாளுக்கு பிரேயர் ஒரு கேடா.”

இமைத் துடிப்பு அடங்கியபின் ரங்கராஜன் பாண்டியனைத் துருவிப் பார்த்தார். பாண்டியன் குனிந்துகொண்டார். ரங்கராஜன் பேசவில்லை. திருணையில் குதிகாலால் உதைக்கத் தொடங்கினார். பாண்டியன் திரும்பிக்கொண்டு சொன்னார்.

“அதுக்காக பிரேயருக்கு வராமருக்கிறது நல்லால்ல சார்.”

“மத்தவா செய்யறது மட்டும் நன்னாருக்கறதோ.”

“இல்ல ஒத்துக்கிறென்.”

“அப்புறம் இங்கமட்டும் பெரிசா பேச வந்துட்டேள்.”

“ஓங்களுக்குத் தெரியாறதில்ல நல்லதும் கெட்டதும்.”

ரங்கராஜன் முகத்தில் லேசான சிரிப்பு.

“என்ன செய்யச் சொல்றேள்.”

“நாளையிலருந்து பிரேயருக்கு வரணும்.”

“அவ்வளவுதான. பாண்டியன் சொன்னா அப்பீல் உண்டா.”

“நம்ம ரங்கராஜன் சாருக்காகுமா.”

பாண்டியன் சுதாரிப்பாக எழுந்து ரூமுக்குள் போனார். சிகரெட் பற்றவைத்து சுவர்க் காலண்டர்மீது வளையம் வளையமாக ஊதினார். வளையத்துக்குள் வளையத்தை நுழைத்து வேடிக்கைபார்த்தார். தலைவாரி பவுடர் போட்டார். சீட்டியடித்தார். பாடிக்கொண்டே மெல்ல ஆடினார். கண்ணாடிக்கு முன்னால் போஸ் கொடுத்து மேலுதட்டை வளைத்து மீசையை நாக்கால் தடவினார். படியாத மயிரை வசக்கினார்.

ஆள் நல்ல சிவப்பு. வலது பக்க வகிடுக்கு வழிவிடும் நெற்றி யமைப்பு. அடர்ந்த முடிக்கும் திரண்ட கண்ணுக்கும் பொருந்திய முகலட்சணம். பேஷனாகச் சட்டை போடுவார். செலவழிக்கக் கூசமாட்டார். இந்த வயசில் கல்யாணம் பண்ணியாகணும்.

மனுசன் விளையாட்டில் கில்லாடி. வாலிபால் விளையாடினால் நின்று பார்க்கத்தூண்டும். ரெம்ப ஸ்டைலாகக் கட் அடிப்பார். நெட்டுக்கு மேல் எவ்விக் குதித்துக் கொஞ்ச நேரம் அந்தரத்தில் நின்று கவர்பண்ணாத இடங்களைக் கருடப் பார்வை பார்த்துவிட்டு ஷாட் அடிப்பார். யாராலும் எடுக்கமுடியாது. சுப்பையாதாஸ் பையன்களைக் குட்டுவதுபோல் பந்து தரையில் மோதும். அந்த

லாவகம் யாருக்கு வரும். கோதாவில் இறங்கி அவருக்கு ஒரு தடவை பந்தை வாகாக சப்ளை பண்ணணும்போல் மனசு குறுகுறுக்கும்.

பந்தைச் சுண்டிவிட்ட மாதிரி சர்வீஸ் போடுவார். ஒரு தடவை போட்ட ஸ்டைலை மறு தடவை பார்க்க முடியாது. கை சொன்னபடி பந்து பறக்கும் உருளும் கரணமடிக்கும். சப்ளையைப் பற்றிச் சொல்ல வேண்டாம். குருவி குஞ்சுக்குப் பறக்கக் கற்றுக்கொடுப்பதுபோல் தாங்கித் தாங்கித் தருவார். குப்புறப் பாய்ந்து மல்லாக்க விரிந்து உட்கார்ந்து ஓடிக் குதித்து உள்ளங் கையால் புறங் கையால் மூணு விரலால் இப்படி எங்கும் வியாபித்து விளையாடும்போது பார்வை அவரைச் சுற்றியே கிறங்கும்.

அவர் கபடியும் கோகோவும் சொல்லித்தரும் அழகைப் பார்க் கணும். சேர்ந்து விளையாடும்போது ரெம்பச் சின்னப் பையனாக மாறிவிடுவார். சும்மா சொல்லக்கூடாது. பாண்டியன் கிரவுண்டிலி ருந்தால் தனிக் களைதான்.

அனாவசியமாக வெளியே சுற்றித் திரியமாட்டார். ரூமை விட்டால் தெப்பக்குளம். குளித்து முடித்தால் குழந்தைச்சாமியின் ஹோட்டல். அப்புறம் ஸ்கூல். சாயங்காலம் ரோட்டில் வாக்கிங்.

மாதம் ரெண்டு முறை சினிமாவுக்குப் போவார். மகாலிங்கபுரம் போய்த் திரும்பணும். மறு நாள் ராத்திரி ரூமில் பாட்டுக் கச்சேரி நடக்கும். அவரே பாட்டு தாளம் எல்லாம். அனுபவித்துப் பாடுவார்.

"வாராய் நீ வாராய்

நாம் போகுமிடம் வெகு தூரமில்லை

நீ வாராய்..."

கொஞ்ச நேரம் எங்கோ அழைத்துச் செல்வதுபோலிருக்கும். தாளத்தில் ஒரு முத்தாய்ப்பு வைத்து நிறுத்துவார்.

"என்ன பாண்டியன் எங்கள அழச்சிண்டு போயி நடுவழியில நிறுத்திட்டேளே."

தமிழய்யா மயக்கந் தெளிந்து பார்ப்பார்.

"பாண்டியன் நம்மளக் கூப்பிடலயே சாமி."

"ஓகோ அப்படியா விஷயம். நான் ஒரு மண்டு."

பாண்டியன் தொண்டையிலிருந்து இன்னொரு பாட்டு துள்ளி வரும். அன்றைக்கெல்லாம் சிவராத்திரிதான். கதையும் பாட்டுமாக முழுச்சினிமாவும் ரூமில் ஓடும்.

பாண்டியன் விசிலை மாட்டிக்கொண்டு ஸ்கூலுக்குக்கிளம்பினார்.

"பாண்டியன் அதுக்குள்ள கெளம்பியாச்சா."

"ஸ்போர்ட்ஸ் ரூம்ல கொஞ்சம் வேலையிருக்கு சார்."

"ரூமுக்குள்ளயா வெளியிலயா."

"ஒங்களுக்கு எப்பவும் கேலிதான்."

பாண்டியன் நடைக்கு லெப்ட் ரைட் சொல்லவேண்டியதில்லை. ரூமுக்கு வந்த நாளிலிருந்து இன்றைக்குவரை அப்படியேதான் இருக்கிறார். அதே கலகலப்பு. அதே விளையாட்டுத்தனம்.

அக்ரஹாரத்தில் முதலாவதாக ரங்கராஜன்தான் ரூம் எடுத்தார். ரூமென்ன தனி வீடு. வெளியூருக்குக் குடி பெயர்ந்த பிராமணர் சொற்ப வாடகைக்கு விட்டார். பூட்டிய கதவில் கரையான் குடியிருப்பதைவிட இது நல்லதாயிற்றே. மாத வருமானம் கிடைத்த மாதிரியும் இருக்கும்.

அக்ரஹார வீடும் திருணையுமாக ரெண்டு வருசமாகிறது. ஆபீஸுக்கு முன்னால் குழைந்து நின்ற வேப்பங்கன்று முள் வேலியை உதறிக்கொண்டு திடப்பட்டிருக்கிறது. வேலிமேல் கால்போட்டு மேய்ந்த வெள்ளாடு அதை அண்ணாந்து பார்க்கிறது. ஸ்கூலின் மேற்குப் பகுதி ஒரு முறை கூரை மாற்றியிருக்கிறது.

முன்பு அவர் ஏரலில் வேலை பார்த்தார். கரைச்சலில்லாத இடம். வாராவாரம் ஸ்ரீவைகுண்டம் வந்துவிடுவார். ரெண்டு நாள் வீட்டுச் சாப்பாடு. அம்மா அப்பா தங்கை என்று சதா பேச்சுத் துணை. குடும்பத்தைக் கவனித்துக்கொள்ள வசதியாக இருந்தது.

அதுக்கு வினையாக ஒருத்தர் வந்து சேர்ந்தார். அவரை ஏரல் ஸ்கூலில் போட வேண்டிய கட்டாயம். மேலதிகாரிக்குச் சொந்தக் காரராயிற்றே. ரங்கராஜன் தலையில் கைவைத்தார்கள். ஓலையைக் கொடுத்து பாறைக்குளத்துக்குப் போடா என்று வழியனுப்பினார்கள்.

முணுமுணுப்பில் பெட்டியைத் தூக்கிக்கொண்டு வந்தார். பாறைக்குளத்தை மேப்பில்கூடப் பார்த்ததில்லை. பஸ்ஸில் வரும் போது கண்ணுக்குள்ளும் நெஞ்சுக்குள்ளும் பாறைபாறையாக ஓடி மறைந்தது. ரோட்டில் போர்டு தெரிகிறமாதிரி பஸ்ஸின் ஓரத்தில் உட்கார்ந்திருக்கலாம். அந்தப் பாக்யம் ரெண்டு தூங்கு மூஞ்சிக்கா கிடைக்கணும்.

கண்டக்டரைப் பரிதாபமாகப் பார்க்கும் போதெல்லாம் மனுசன் விசிலைக் கவ்வியபடி தவ நிலையில் இருந்தார். ஆனாலும் அடுத்த ஊர் வரும்போது விசிலடிப்பது கூவுவது எல்லாம் அனிச்சைச்

செயலைப்போல் நடந்தது. கடைசியாக அவர் பாறைக்குளத்தையும் ஏலம் போட்ட போதுதான் மனசுக்கு நிம்மதி.

ஊருக்குத் திரும்பும் ரோட்டு வளைவில் ஒரு எருமைப் பட்டாளமே வியூகம் அமைத்துக்கொண்டு வந்தது. ஊருக்குப் பேர் பாறைக்குளமா எருமைக்குளமா. பெட்டியைக் கேடயமாக நினைத்துக்கொண்டு சற்றுப் பின்வாங்கி ஒதுங்கினார். பட்டாளம் சரசர வென்று அணிவகுத்துப் போனது.

மறுபடியும் ரோட்டில் கால் வைத்து முன்னேறியபோது ஒரு எருமைப் போத்து செல்லச் சிணுங்கலில் உடம்பை முறுக்கிக் குதித்துக் குதித்து வந்தது. கழுமரம்போல் கொம்பு. அவசரமாக அதுக்கு விலகி வழிவிடப்போய் மொட்டைப் பரும்பாக நின்ற சாணியில் அடி பதிந்து செருப்பு முழுக்க முங்கிக்கொண்டது. அதை மீட்பதற்குள் பெரும்பாடாகிவிட்டது. கல்லோரம் பெட்டியை மறைவாக வைத்துக்கொண்டு அக்கம் பக்கம் ஆள் பார்த்தபடி சாணியைத் துடைத்தார்.

அந்தச் சமயத்துக்காகக் காத்திருந்ததுபோல் ஒரு நாய் ஓடி வந்து பெட்டியை வட்டமிட்டு முகர்ந்து முனங்கித் தோதுபார்த்தது. அது மூஞ்சியைத் தந்தியடித்து "ஊருக்குப் புதுசா" என்று வக்கணைகாட்டும் லட்சணத்தைப் பார்த்தால் காரியத்தை முடிக்காமல் போகாது போலிருந்தது. அட கடவுளே இதுக்கு வேறு வஸ்து கிடைக்க வில்லையா. அவசரப்பட்டு முறைத்தால் வம்பு. நயந்த சமாதானப் பார்வையில் மெல்ல பெட்டியைத் தூக்கி வேகமாக நடையை விட்டார். கொஞ்சத் தூரம் போய் வேர்வையைத் துடைத்துத் திரும்பிப் பார்த்தபோது "எப்படியும் இந்தப் பக்கந்தான வரணும்" என்ற தோரணையில் அது விறைத்துக்கொண்டு நின்றது.

இப்படிக் கண்டங்கண்டமாகத் தாண்டி வந்து ஸ்கூல் ஆபீஸுக்குள் நுழையும்போது பியூன் வையாபுரி ஓடி வந்து பெட்டியை வாங்கி வைத்தான்.

"சாமி இப்படிச் சொமந்துக்கிட்டு வரலாமா. காக்கடுதாசி போட்ருந்தா காத்திருந்து கூட்டீட்டு வந்துருப்பனே."

பால்ய சினேகிதன்போல் அன்னியோன்னியமாக நடந்து கொண்டான். ஆச்சரியமாக இருந்தது.

"பஸ் ஊருக்குள்ள வராதோ."

"அவன் ஒங்கள ரோட்ல எறக்கி வுட்டதே பெரிய காரியம்."

இதே ஹெட் மாஸ்டர் வில்லியம்ஸ் சிரித்த முகத்துடன் பேசிக்கொண்டிருந்தார். அடிக்கடி மிஸ்டர் என்று அடைமொழி

கொடுத்தார். ரெம்ப நாளாகக் காலியாக இருந்த இடத்துக்கு ஆள் வந்த நிம்மதி அவருக்கு.

பையன்கள் வெளியே குதித்தோடினார்கள்.

"சோசியல் பீட்டி வந்தாச்சு."

வையாபுரி புண்ணியத்தில் குடியிருப்பு ஏற்பாடு சுமுகமாக நடந்தது. குழந்தைச்சாமியின் ஹோட்டலில் அக்கவுண்ட் ஆரம்பித்தது முதல் தினமும் தண்ணீர் கொண்டுவந்து வைக்க வாட்டர் மேன் மாணிக்கத்துக்கு உத்தரவு போட்டதுவரை எல்லாம் அவன்தான். குடியமர்த்திவிட்டுப் போகும்போது சொன்னான்.

"சாமிக்குப் பேச்சுத் தொணைக்கு ஒருத்தர் இருந்தா தோதா ருக்கும். அதுக்கென்ன பாத்துருவொம்."

அவர் பணங் கொடுத்தார். அவன் கை நீட்டவில்லை.

"வச்சுக்கங்க. தேவையிருந்தா அப்பப்ப கடன் வாங்கிக்கிறென்."

அவருக்கு வெட்கமாகப் போயிற்று. பதில் சொல்லத் தயாராவதற்குள் அவன் போய்விட்டான்.

கொஞ்ச நாளில் அவருக்குத் துணையாக தமிழய்யா பழனி வேலாயுதம் வெற்றிலைச் செல்லமுங் கையுமாக வந்தார். பழுத்த மனுசன். நிதானமென்றால் அப்படி நிதானம். வார்த்தையும் சிரிப்பும் வெற்றிலைச் சிவப்பு. மூத்த பெண்கள் இருவரையும் நல்ல முறையில் பிடித்துக்கொடுத்துவிட்டார். அடுத்து பையன். கல்யாண வயசு. கடைசிப் பெண்ணும் வயசுக்கு வந்து கரையேறக் காத்திருந்தாள். ரெண்டு பேரும் டீச்சர் ட்ரெயினிங் முடித்துவிட்டு வீட்டிலிருந் தார்கள்.

பையன் எப்போதாவது வருவான். விடிய விடிய குடும்பப் பிரச்சனைகளைப் பற்றிப் பேசுவார்கள். தென்காசியில் குடும்பம். சொந்த வீடாகையால் அங்கேயே வாசம். அவர் மாதம் ஒருமுறை போய்த் திரும்புவார். குடும்பத்தைக் கொண்டு வரலாமே என்று கேட்டால் அதுக்கொரு கதை சொல்லுவார்.

"சாமி மேச்சத் தரையில மேயிற மாட்டப் பாத்துருக்கீங்களா. நடு நெலத்துல ஆணியடிச்சு நீளக் கயத்துல கட்டிப் போட்டுட்டு வேலையப் பாக்கப் போயிருவாங்க. அது சுத்திச் சுத்தி மேயும். நம்ம கதையும் அப்படித்தான். எனக்குத் தென்காசியில ஆணியடிச்சிருக்கு."

துணியில் கஞ்சி தடவி இஸ்திரி போடுவதுபோல் வெற்றிலை மடித்துக்கொண்டே சிவப்பாகச் சிரிப்பார். அவரது அனுபவமென்ன பேச்சென்ன. தகப்பனாருக்குச் சமானம்.

அடுத்து பாண்டியன் வந்தார். அவர் புது ஆளாக இல்லை. பல நாள் பிரிந்திருந்த சொந்தக்காரர் திரும்பி வந்த மாதிரி இருந்தது. வந்த மறுநாளே ரூம் சுவர்களில் விதவிதமான படங்களும் காலண்டர்களும் முளைத்தன. சந்தோசச் சிரிப்பும் பாட்டும் கேட்டது.

பாண்டியனின் அய்யா ஆண்டியாபுரத்திலிருந்து மெனக்கிட்டு வந்து பார்த்து செலவுக்குப் பணங் கொடுத்துவிட்டுப் போவார். பாண்டியனும் பணத்துக்காக குழந்தையைப்போல் சிணுங்குவார். தகப்பன் மகன் தோரணையில் பேசிக்கொள்ள மாட்டார்கள்.

பாண்டியனின் அய்யாவை முதல் முறையாகப் பார்த்தபோது ரங்கராஜனுக்குப் பயம். அரையடி உயரச் செருப்பு சரசரக்க வந்து நின்று அணில் வாலைப்போல் அடர்த்தியாக ஏந்தியிருந்த மீசையைக் கோதியபடி அதட்டலாகக் கேட்டார்.

"பையன் இருக்கானா."

ரங்கராஜனுக்கு உதறலெடுத்தது.

"யாரக் கேக்கறேள்."

"நம்ம பையன்தான் பாண்டியன்."

"உக்காருங்கோ. இப்ப வந்துடுவார்."

நல்ல சமயத்துக்கு தமிழய்யா வந்து காப்பாற்றினார். ரெண்டு பேரும் பேச்சுப் போடுவதைப் பார்த்ததும் பயம் சுத்தமாகப் போய் விட்டது. இப்படிப்பட்ட உடம்புக்குள் இவ்வளவு நல்ல குணமா.

பாண்டியன் சொந்த ஊருக்குப் போவதில்லை. நாற்பது மைல் பெரிய தூரமில்லை. அந்தப் பேச்செடுத்தாலே அவருக்கு முகம் வாடிவிடும். சிரித்துச் சமாளிப்பார்.

"நமக்கு யாதும் ஊரே யாவரும் கேளிர்."

"வயசான காலத்துல அப்பாவ அலையவிடலாமோ. தமிழய்யாவோட பையனப் பாத்தேளா."

"பையன் வந்து அப்பாட்டப் பணம் வாங்கீட்டுப் போறான். இங்க அப்பா வந்து பையனுக்குக் குடுத்துட்டுப் போறாரு. ரெண்டும் ஒண்ணுதான் சார்."

பாண்டியன் விளையாட்டுப் பிள்ளை. அதை யாரால்தான் மாற்றமுடியும்.

அதுக்குமேல் ரூமில் யாரையும் சேர்த்துக்கொள்ளவில்லை. சொல்லப்போனால் வாத்தியார்களில் அவர்கள் மூணு பேர்தான் ஒண்டிக் கட்டை. மற்றவர்கள் குடும்ப சகிதம் குடியிருந்தார்கள்.

மேத்ஸ் மனோகரனுக்கு வடக்குத் தெருவில் வீடு. அஞ்சு நிமிசத்தில் ஸ்கூலுக்கு வந்துவிடலாம். மூணு வயசில் ஒரே பையன். இன்னும் புது மாப்பிள்ளை மாதிரி இருப்பார்.

சைன்ஸ் தங்கச்சாமி பஸ்டாண்டுக்குப் பின்புறம் குடியிருந்தார். ரெண்டு பெண் குழந்தைகளை சின்ன ஸ்கூலுக்கு அனுப்பவும் அவசரத்துக்கு பஸ் பிடிக்கவும் தோதாக இருந்தது. எல்லாம் வீட்டுக்காரம்மா யோசனை.

ஹெட் மாஸ்டர் அருகிலுள்ள மகாலிங்கபுரத்திலிருந்து சொந்தக்காரில் வந்துகொண்டிருந்தார். அவருக்கென்ன குறைச்சல். மனைவி டாக்டர். ஒரே மகனும் இஞ்சினியர். மூணு வருமானம். வசதிக்குச் சொல்லணுமா.

மதியச் சாப்பாடு பஸ்ஸில் வரும். வையாபுரி காத்திருந்து வாங்கி வருவான். கேரியரின் கனத்தை அவன் முகக் களையில் கண்டுபிடித்துவிடலாம். மிச்சம் இருக்கிற சாப்பாடு அவனுக்குத் தானே. மதியம் பெரும்பாலும் அவன் வீட்டுக்குப் போவதில்லை.

செகண்டரிகிரேடு நாலு பேரும் உள்ளூர்க்காரர்கள். ஆறாம் வகுப்பு அய்யாத்துரை ரிட்டையராக வேண்டியவர். தலைமுதல் கால்வரை வெள்ளையாக வருவார். செக்கில் எண்ணெய் அரைக் கும்போது அவரது சுறுசுறுப்பைப் பார்க்கணும். எள்ளுப் பிண் ணாக்கைத் தள்ளிக் கொடுப்பதும் எண்ணெய்ப்பதம் பார்ப்பதுமாக ஒரே இடத்தில் நிற்க மாட்டார். ஸ்கூலில் அவ்வளவு நிதானமாக இருக்கும் அய்யாத்துரையா என்று ஆச்சரியமாக இருக்கும்.

நல்லெண்ணெய் மொத்த வியாபாரம். கொஞ்சங்கொஞ்சம் சில்லறை விற்பனையும் உண்டு. சுமாரான வருமானம். வாத்தியார்களுக்கு அவர் சப்ளைதான். மாதம் பிறந்துவிட்டால் ஹெட் மாஸ்டரின் காருக்குள் ஒரு டின் ஏறிவிடும். தமிழய்யாவும் ரங்கராஜனும் வாங்கி ஊருக்குக் கொண்டுபோவார்கள். சுத்தமான சரக்காயிற்றே. விலையும் அதிகமில்லை.

ஏழாம் வகுப்பு கிருஷ்ணசாமிக்கு பெரிய விவசாயம். பார்த்தால் வாத்தியார் தோரணை இருக்காது. எந்நேரமும் ஓட்டமும் நடையுமாகத் திரிவார். அதனால் பாண்டியன் அவருக்கு மராத்தான் கிருஷ்ணசாமி என்று பேர் வைத்துவிட்டார். ஸ்கூல் நேரந்தவிர மற்ற நேரங்களில் மம்பட்டியுங் கையுமாகத் தோட்டத்தில் பார்க்கலாம். மனுசன் ராத்திரி சரியாகத் தூங்குவாரோ என்னமோ.

சில நாள் காலையில் தோட்டத்திலிருந்து நேரே ஸ்கூலுக்கு வந்துவிடுவார். வரும்போதே வேப்பங்குச்சால் பல்விளக்கி முடித்து ஸ்கூலில் முகங்கழுவுவார். வேட்டி சட்டையில் படிந்த மண்ணைச்

சுரண்டித் துண்டை உதறி உள் பக்கம் வைத்து மடித்து ஏத்தாப்புப் போட்டுக்கொள்வார். மகன் சாப்பாடு கொண்டுவந்து டீச்சர்ஸ் ரூமில் வைத்துவிட்டு அவரிடம் சேதி சொல்லுவான்.

“நைனா கூடு ஆட உஞ்சு.”

அவர் தலையாட்டிக்கொள்வார்.

“ஒச்சேசனா. அம்மா எந்த்த அடேசனா.”

“ரேது.”

அவன் பைக்கட்டுச் சுமையுடன் வகுப்புக்குப் போய்விடுவான். தகப்பனுக்கேற்ற பிள்ளை. அவர் மம்பட்டியைத் தூக்கினால் அவன் கூடையைத் தூக்குவான். விவசாய வேலை அத்துப்படி. எங்கே சுற்றினாலும் எட்டாம் வகுப்புக்கு வந்துவிடுவான். பாண்டியனின் வார்த்தையில் சொல்லப்போனால் அவன் ஜூனியர் மராத்தான் ரங்கசாமி.

சுப்பையாதாஸுக்குப் பால் வியாபாரம். ஸ்கூல் விட்டால் குளக்கரையில் மாடுகளுக்குப் பின்னால் பார்க்கலாம். அதுகளைக் குளிப்பாட்டித் திரும்ப நேரங் காணாது.

அவர் புஸ்தகத்தை விரித்துக்கொண்டு பாடம் நடத்தினால் ரெண்டு பக்கமும் நனைந்துவிடும். அவ்வளவுக்கு எச்சு மழையாகத் தூறும். கொஞ்ச நேரத்தில் புஸ்தகத்தையே குளிப்பாட்டிவிடுவார். இதுக்காகவே பையன்கள் அவரிடம் புஸ்தகம் தராமல் தட்டிக்கழிப் பார்கள்.

அவரை ஸ்கூலில் வெறுங்கையுடன் பார்க்கமுடியாது. எப்போதும் வழுவழுப்பான பிரம்பு இருக்கும். அடி கொடுத்தாலும் குட்டு வைத்தாலும் அசோகர் கல்வெட்டு மாதிரி முத்திரை பதியும். ஸ்கூல் வட்டாரத்தில் அவருக்குத் தூறல் சுப்பையாதாஸ் என்ற பேரும் உண்டு. எல்லாம் பாண்டியன் உபயந்தான்.

குழந்தைச்சாமி ஹோட்டல் தஞ்சமென்று கிடப்பார். வாத்தி யார்கள் அவரைத் தாண்டி காபி குடிக்கக்கூட வேறு கடைக்குப் போகமுடியாது. கல்லாப்பெட்டியில் காசு புழங்குவதுபோல் அவர் பையன்களுக்குத் தொடையில் நிமிட்டாம் பழம் கொடுப்பார். அவரைக் கண்டால் பையன்கள் “ஏய் நிமிட்டாம் பழம் வாறாரு டோய்” என்று கலைந்து ஓடுவார்கள்.

டிராயிங் மாஸ்டர் தீத்தாரப்பன் வெளியூர்க்காரர் என்றாலும் ரெம்ப நாளாகவே மளிகைக் கடை நடத்தி வந்தார். காலையும் மாலையும் கடையில் உட்கார்ந்து முடியாது. பாண்டியன் சொல்லுவார்.

“சாயங்காலம் நமக்கு வாக்கிங். தீத்தம் சாருக்கு சிட்டிங்.”

அதனால்தான் அவர் வகுப்பில் உட்காருவதேயில்லை. அங்கு மிங்குமாக லாந்துவார். அயலூர்ப் பையன்கள் துட்டு பருத்தி தானியம் என்று கொண்டுவந்து அவரது கடையில் பண்டம் வாங்கித் தின்பார்கள். பருத்திக்கு ரெண்டு எடை சீனிக் கிழங்கும் மொச்சைப் பயறும். சேவு எடைக்கு எடை. கணிசமாக இருக்கும். ஆசை தீர அசைபோடலாம்.

அவர் வகுப்பில் ஒரு தினுசாகப் பேர் வாசிப்பார். குரலுடன் ஒரு கறார் பார்வையையும் அனுப்புவார். “இண்ணைக்கு என்ன கொண்டுவந்த” என்று கேட்பதுபோலிருக்கும். பையன்களும் “பருத்தி சார்” “சோளம் சார்” என்கிற மாதிரி ஆஜர் சொல்லுவார்கள்.

நாலு பேரும் டீச்சர்ஸ் ரூமில் சந்தித்தால் சொந்தக் கதை பேசித் தீராது. விலைவாசியை அலசுவார்கள். அரசியலையும் தொட்டுக்கொள்வார்கள். குளம் வற்றினால் கிணற்றில் நீர் மட்டம் இறங்குவதை கிருஷ்ணசாமி கவலையாகச் சொல்லுவார். மாட் டுக்குப் பால் வற்றும் கவலை சுப்பையாதாஸுக்கு. இப்படியே வந்து கடைசியில் அவரவர் கணக்கைச் சொல்லிக் கூட்டிக்கழிப்பார்கள். பெருக்கல் வகுத்தல் எல்லாம் உண்டு. கிருஷ்ணசாமி குழந்தைச் சாமியை நயந்து பார்ப்பார்.

“பெரிய கணக்கு ஒரு பக்கம் இருக்கட்டும். வாழ எலக் கணக்கவாச்சும் தீத்துறப்புடாதா.”

“ஏன் சார் அதெல்லாம் ஒரு கணக்குன்னு கேக்கீகளே. நம்ம கடையில காபி வடன்னு எதுக்கு இருக்கு.”

“அது சரி. தின்னே தீத்துட்டா வெவசாயத்துல சட்டியெடுக்க வேண்டியதுதான்.”

“நீங்களே இப்படிச் சொன்னா நாங்க கடைய இழுத்து மூடுறதத் தவர வேற வழியில்ல.”

சுப்பையாதாஸ் இடையில் பால் கணக்கை அவுத்து விடுவார்.

“கொழந்தசார் அப்படியே நம்மளவும் கொஞ்சம் கவனிச்சிருங்க.”

“சாய்ந்தரம் கடைக்கு வாங்க. ஸ்பெசலா கவனிச்சுருவொம்.”

தீத்தாரப்பனுக்கு ஏகப்பட்ட சிட்டை உண்டு. அது லேசுக்குள் முடியாது. லீவு நாளில் மண்டையை உடைத்தாலொழிய வசத்துக்கு வராது. மணியடித்ததும் கணக்குகளை மிச்சம் வைத்துவிட்டு வகுப்புக்கு ஓடுவார்கள்.

இவர்கள் கதையெல்லாம் வையாபுரியிடம் கேட்கணும். ஒவ் வொருத்தருக்கும் ஒரு சரித்திரமே வைத்திருப்பான். சமாச்சாரங்களை விவரிக்கும்போது மேப்பை வைத்துக்கொண்டு இடங்களைத் துல்லியமாகக் காட்டிப் பேசுவது போலிருக்கும்.

அவனுடைய சரித்திரத்தைத் தெரியணுமென்றால் மாணிக் கத்தைப் பிடிக்கணும். பானையக் கழுவி முடிக்குமுன் ஒரு கதையைச் சொல்லிவிடுவான்.

இந்த விவகாரங்களில் அடைபடாதவர் கிராப்ட் வாத்தியார் வீரராகவன் ஒருத்தர்தான். ஒல்லி உடம்பும் பொடிக்கறை படிந்த கைக்குட்டையுமாக ஆள் ஸ்கூலுக்கு வருவதும் தெரியாது. வீட்டுக் குப் போவதும் தெரியாது. அவரைக் கிண்டினால் சர்வசாதாரண மாகச் சொல்லுவார்.

“சார்வாள் ஸ்கூல்ல பாடஞ் சொல்லித்தரத்தான் சம்பளங் குடுக்கான் நமக்கு.”

அவர் நின்ற இடத்தில் பொடியின் நெடி மட்டுமே மிஞ்சியிருக்கும்.

மூணாம் பீரியடுக்கு நேரமாகிவிட்டது. ரங்கராஜன் திருணையிலிருந்து எழுந்து உள்ளே போனார். பெட்டியைத் திறந்து வேறு வேட்டி சட்டை எடுத்தார். அப்பாவிடமிருந்து வந்த கடிதமும் மணியார்டர் ரசீதும் உதிர்ந்தன.

அப்பாவுக்கு எழுதிய பதில் நமஸ்காரம் தொடங்கியதுடன் சரி. பிறகு நகரவில்லை. என்ன எழுதுவது. குடும்ப விஷயமென்றால் ஒரு வியாசமே எழுதணும். அப்பா கேட்கிற பணத்துக்கு ரெண்டு பேர் சம்பாதித்தாலும் முடியாது.

அவரைச் சொல்லியும் குற்றமில்லை. ஒவ்வொரு மாதமும் தபால்காரனை எதிர்பார்த்து நடக்கும் ஜீவனத்தில் யாரைக் கேட் பார். மோர்ப்புளிப்பை முகத்தில் ஏந்திக்கொண்டு கொல்லைப் புறத்துக்கும் ரேழிக்குமாகத் திரியும் அம்மாவையும் அவளது முந் தானையைக் கெட்டியாகப் பிடித்தபடி இழுபடும் தங்கையையுமா கேட்பார்.

இந்தக் கோலத்தைப் பார்க்க வாரம் ஒரு முறை ஊருககுப் போக வேண்டியிருக்கிறது. ஒவ்வொரு முறையும் அப்பாவின் வார்த்தைகள் மெலிந்துவரும்.

“ரங்கு அடிக்கடி அலஞ்சா செலவுதானே.”

அம்மா வெறித்துப் பார்ப்பாள்.

“வராமலே இருந்துட்டா செலவில்லையே.”

அப்பாவின் தொண்டைக்குள் குரல் உறைந்துபோகும்.

வருஷாந்திர லீவு வந்தால் மனசுக்குக் கஷ்டமாக இருக்கும். வீட்டில் முழு மாசத்துக்குமேல் தள்ளுவது பெரிய சிரமம். வயல் வெளிப் பக்கம் போனால் அப்பா கொஞ்சங் கொஞ்சமாக விற்றுக் கைகழுவிய சொந்த வயல்கள் நினைவுக்கு வரும். ஆற்றங்கரையில் தங்கையுடன் ஓடி விளையாடிய நாட்கள் மனசுக்குள் குமிழியிடும்.

அப்பா அடிக்கடி நினைவுபடுத்துவார்.

"ரங்கு இந்த மாசத்துக்கும் சம்பளம் வருமோல்லியோ."

லீவு முடிந்து ஸ்கூலுக்கு வந்து சம்பளம் வாங்கி அனுப்பும்வரை அப்பாவின் வார்த்தைகள் மறக்காது. சம்பளப் பட்டியலில் ஸ்டாம்பின் மேல் கையெழுத்துப் போடும்போது அசோகச் சக்கரத்துக்குள் முழுக் குடும்பமும் நிற்கும் நினைவு அடுத்த மாதம்வரை அமுங்கும்.

எப்படியும் இன்றைக்குக் கடிதம் எழுதி முடித்தாகணும். எக் காரணத்தைக் கொண்டும் தள்ளிப் போடாமல் தங்கைக்கு வரன் பார்க்கச் சொல்லணும். தோலுரியும் வாழைமரமாக அந்தப் பெண்ணுக்கு வயசாகிக்கொண்டு போகிறது. கடன் வாங்கியாவது அவளைக் கடத்தியாகணும். அப்புறம் தனக்கு ஒரு துணை தேடணும்.

அவர் சட்டை போட்டுக்கொண்டு கண்ணாடியில் முகம் பார்த்தார். நெற்றி நாமம் இடையில் கரையுடைந்திருந்தது. மறு படியும் தீட்டிக்கொண்டார்.

கண்ணாடிக்குள் சொந்த ஊர்ச் சிறுவர்கள் கிண்டல் தாண்டவ மாடினார்கள்.

"காக்காக் குஞ்சி காக்காக் குஞ்சி."

அவருக்குத் தனது முகம் இன்னும் கோரமாகத் தெரிந்தது.

"இந்த மூஞ்சிக்குக் கல்யாணம் ஒரு கேடா."

சீப்பை எறிந்துவிட்டு சரித்திரப் புஸ்தகத்தை எடுத்துக்கொண்டு ஸ்கூலுக்குக் கிளம்பினார்.

# 2

ருக்மணி வரும்போது ஸ்கூலில் பெண் டீச்சர் யாருமில்லை. ஹிந்தி சொல்லித்தர அவளைப் போட்டிருந்தார்கள்.

தமிழய்யா பாண்டியனை கேள்விப் பார்வையால் துளைத்தார். பாண்டியன் சொன்னார்.

"அதான நான் வந்து மூணு மாசங்கூட ஆகல. பின்னாலயே இந்தி வந்துருச்சு."

"இது ஒங்களுக்கே நல்லாருக்கா."

"என்ன சார் அநியாயமாருக்கு. நாந்தான் ஆர்டர் போட்டு அனுப்புன மாதிரி சொல்றீக."

"எப்படி வந்து எறங்கியிருக்குது பாத்தீங்களா."

"சொல்லாமக் கொள்ளாம சொகுசா மொழஞ்சிருச்சு."

"திட்டம்போட்டு நடந்துருக்குது."

"ஒருவேள ரங்கராஜன் சார் வேலையாருக்குமோ."

தமிழய்யாவின் கண்கள் ரங்கராஜனுக்கு உருண்டன. ரங்கராஜன் ஓங்கிச் சொன்னார்.

"ஆமா நாந்தான் செஞ்சேன். போறுமா."

"நாங்க என்ன சார் பாவஞ் செஞ்சொம். இப்படித் துரோகம் பண்ணீட்டீக."

"பாண்டியன் செய்யாத பாவமா."

அதுக்குள் வையாபுரி வந்துவிட்டான்.

“சாமி ஆச்சியம்மாவுக்கு அக்ராரத்துல வீடு வேணுமாம். பக்கத்துலயே பாத்துக் குடுத்துருங்க.”

ரங்கராஜனுக்குப் பொத்துக்கொண்டு வந்தது.

“கிண்டலா பண்ணற. எல்லா ஏற்பாடும் பாண்டியன் செய்வார்.”

பாண்டியன் சொன்னார்.

“பரம்பரையா குடியிருக்கிறவுக நீங்க. நாங்க பஞ்சத்துக்கு வந்தவுக. ஒங்களுக்கில்லாற பவரா.”

வையாபுரி பாண்டியனைப் பார்த்துச் சிரித்தான்.

“நான் வந்து கேக்கிறதால சாமிக்குக் கோவம்போலருக்கு. என்னமோ ஒங்களப் பத்தி பெரிசாச் சொல்லீட்டு வந்துருக்கென்.”

“நோக்குத் தெரியாத வீடும் அக்ராரத்துல இருக்கறதோ.”

“பேசி முடிக்கப் போறதென்னமோ நாந்தான். இருந்தாலும் சாமிதான் பாத்துக் குடுத்தாகன்னு ஒரு பேரு வரட்டுமே. டீச்சரம்மா சந்தோசப்படுமில்லையா.”

“அப்படியொண்ணும் பேரு வேணாமே.”

தமிழய்யா சமாதானம் சொன்னார்.

“நீங்க நடங்க வையாபுரி. நம்ம சாமி பின்னாலயே வருவாரு.”

“அய்யா சொன்னாச் சரி.”

வையாபுரி சவக்சவக்கென்று நடந்து போனான். தைத்துவைத்த குல்லா மாதிரி வெள்ளைத் தலைப்பா முன்னும் பின்னும் அசைந்தது. பாண்டியன் ரங்கராஜனை வற்புறுத்தி அவனுடன் அனுப்பிவைத்தார்.

ரெண்டு பேரும் ஒரு ஆச்சியிடம் பேசி எதிர் வரிசையில் ருக்மணிக்கு வீடு ஏற்பாடு செய்தார்கள். அந்த வாரமே அவள் குடியேறிவிட்டாள். அவளது அம்மா மட்டும் வந்து ஒரு நாள் உடனிருந்து குடியமர்த்திவிட்டுப் போனாள். ரூம் திருணையில் இருந்தவாறு எல்லாவற்றையும் கவனித்துக்கொண்டிருந்தார் ரங்கராஜன்.

சாமான்களைச் சுமந்து போகிற போக்கில் வையாபுரி ஓரப் பார்வையில் சொல்லிக்கொண்டு போனான்.

“நம்ம சாமிக்காகுமா. மனசிருந்தா மார்க்கமுண்டு.”

அவன் திரும்பி வரும்போது கூப்பிட்டுக் கேட்டார்.

“வீடு பிடிச்சிருக்கறதா.”

“சாமி பாத்துக் குடுத்த வீடாச்சே. புடிக்காமருக்குமா.”

“ஊரு எங்க.”

“திருனவேலிப் பக்கம் பேட்ட.”

“அப்படியா.”

“ரெண்டு பேரும் ஒரு பஸ்லதான் போகணும்.”

“அவங்க அப்பா வரலயா.”

“அப்பா சின்ன வயசிலயே போயிட்டாராம்.”

ஏன் கேட்டோம் என்றிருந்தது. மனசுக்குள் உச்கொட்டிக் கொண்டார்.

சாயங்காலம் ஹெட் மாஸ்டரின் ரூமுக்குள் நுழையும்போது உள்ளிருந்து வந்த ருக்மணி ரங்கராஜனை நன்றியுடன் பார்த்துச் சிரித்துவிட்டுப் போனாள். ஹெட் மாஸ்டர் கலகலத்தார்.

“மிஸ்டர் ரங்கராஜன் நம்ம டீச்சருக்கு ஒடனே வீடு பாத்துக் குடுத்துட்டீங்களே.”

ரங்கராஜனுக்கு வையாபுரிமேல் கோவங்கோவமாக வந்தது. அதை மறைத்துக்கொண்டு சமாளித்தார்.

“வையாபுரி சொன்னான் சார். அக்ராரத்துல அடச்சுக் கெடக்கற வீடு வெளிச்சமாகட்டுமே.”

“வெரிகுட். நீங்க வெளக்கேத்தி வச்சிட்டீங்க.”

ஹெட் மாஸ்டர் பந்து விழிகளை உருட்டிச் சிரித்தார். அவரிடமிருந்த அமைதி கீறிக் கசிந்துகொண்டிருந்தது.

இடைவேளையில் பையன்கள் ஹிந்தி எழுத்துகளை ராகத்துடன் உச்சரித்து உற்சாகப்பட்டார்கள்.

“கக்க ககங... சச்ச சஜஞ.”

வெளியே வெற்றிலை துப்ப வந்த தமிழய்யா கூர்மையாகக் கவனித்தார். சுண்ணாம்பை அதிகம் சேர்த்துக்கொண்ட உணர்வு அவருக்கு. பாரதியார் பாட்டுக்கே ஏழு தடவை எச்சு விழுங்கி விக்கிப் பரிதாபப்படும் பையன்கள் நினைவுக்கு வந்தார்கள்.

“என்ன இது வம்பாருக்கு.”

அவர் அடிக்கடி புழுங்கினார். இது நல்லதுக்கில்லை என்று பட்டது.

பாண்டியன் வெளிப்படையாகவே சாட ஆரம்பித்தார். எல்லாரிடமும் முறையிட்டார்.

“நம்ம தமிழ்நாட்லதான் இருக்கமான்னு சந்தேகமாருக்கு சார். தட்டிக்கேக்கிறதுக்கு நாதியே இல்லையா.”

ஹெட் மாஸ்டர் யாரையும் கலந்து பேசாமல் ஹிந்தி பீரியடுக்கு ஏற்பாடு செய்தார். இதில் ரெம்பப் பாதிக்கப்பட்டது டிரில் பீரியடுதான். அதுக்கடுத்து கிராப்ட். மற்றவர்களுக்கு அதிகமில்லை. பாண்டியன் கிராப்ட் வாத்தியாரிடம் போனார்.

“சார் நடக்கிற அநியாயத்தப் பாத்தீகளா.”

கிராப்ட் வாத்தியார் சலனப்படவில்லை.

“சார்வாள் இதுல என்ன சொல்ல இருக்குது. நமக்குக் குடுக்கிற துருத்திய ஊதிக்கிற வேண்டியதுதான்.”

அவரது பொடி மூக்கைப் பிடித்துத் திருகலாமா என்றிருந்தது பாண்டியனுக்கு.

“ஒங்களுக்குப் பொடிப் போட நேரங் கெடைக்குது பாருங்க. ஏன் சொல்லமாட்டீக.”

“இங்க பாருங்க சார்வாள். எது கொறையிதோ கூடுதோ அதப் பத்தி நமக்குக் கவலையில்ல. சம்பளம் கொறஞ்சாத்தான் கவல.”

பாண்டியனுக்குக் கோபம் அடங்கவில்லை. ஹெட் மாஸ்டரை நேரில் முறைத்துக்கொள்ளலாமா என்றுகூட நினைத்தார். தமிழய்யா சமாதானப்படுத்தி வைத்தார்.

முந்தியெல்லாம் ரூமில் பாட்டுப் பாடிய பாண்டியன் இப்போது சதா வசை பாடினார். அரசாங்கத்தையும் மந்திரிகளையும் சாடினார். எல்லாரும் ஒண்ணுமே நடக்காததுபோல் இருப்பதைக்கண்டு பொருமினார். ரங்கராஜனுக்கும் அவருக்கும் காரசாரமான விவாதம் நடந்தது. சூடுபறக்கப் பேசினார்கள். தமிழய்யாதான் பட்டிமன்றத்துக்கு நடுவர். இடையில் எதையாவது சொல்லி சூட்டைத் தணித்தார்.

என்ன காரணமோ தெரியவில்லை. அன்றைக்கு அதிகாலையிலேயே பாண்டியனுக்கு ஆத்திரம் கிளம்பிவிட்டது. தூங்கியெழுந்து முகங் கழுவும்போதே முனங்கிக்கொண்டிருந்தார். ரூம் திருணையில் இருப்புக் கொள்ளவில்லை. எதிரிலிருந்த ரங்கராஜனை விழுங்குவதுபோல் பார்த்தார்.

“பையங்க என்ன பொதி சொமக்கிற கழுதையா சார். இந்தியக் கொண்டுவந்து முதுகுல ஏத்துறாக.”

ரங்கராஜன் சீண்டினார்.

“பாண்டியன் ராத்திரி முழுக்கத் தூங்கலயா. இதையே நெனச்சிண்டுருந்தேளா.”

“இவுக பண்றதப் பாத்தா தூக்கமா வருது. யாரவாச்சும் புட்பால் வெளையாடுவமான்னு இருக்குது.”

தமிழய்யா பாண்டியன் பக்கம் திருணை மூலையில் உட்கார்ந்து உள் சிரிப்பில் கவனித்துக்கொண்டிருந்தார். ரங்கராஜன் பின்வாங்கவில்லை.

“புதுசு புதுசா படிச்சுத் தெரிஞ்சுக்கிறணும் பாண்டியன்.”

“சும்மாருங்க சார். உள்ளதுக்கே மோசம் புள்ளகுட்டிக்குப் போயிட்டீக. தமிழய்யாவக் கேளுங்க எத்தன பையங்க தமிழத் தம்பில்லாம எழுதுறான்னு.”

“அதுக்கு ஹிந்தி என்ன பண்ணும்.”

பாண்டியன் திருணை விளிம்புக்கு நழுவி வந்தார்.

“நீங்கன்னுதான் சும்மாருக்கென். இல்லன்னா நாக்கறுந்து போகும்படியா கேப்பென். பள்ளிக்கூடம் குட்டிச்சொவராகப் போகுது.”

“ஸ்கூலக் கேவலப்படுத்தறேள்.”

“ஆடு மாடு பத்துற மாதிரி இந்தியப் படிக்கச்சொல்லி யாரு கேவலப்படுத்துறாகன்னு பாருங்க. கிருஷ்ணசாமி சார் வண்டி பத்தும்போது பாத்துருக்கீகளா. அதச் சொல்லித் தாறதுக்கு ஸ்டைலா ஒரு பொம்பளையப் புடிச்சு அனுப்பீட்டான். மானங் கெட்ட பெழப்பு.”

“மத்த பாஷையுந்தான் பொம்மனாட்டி கத்துக்கொடுக்கறா.”

“நம்ம தமிழய்யாவப்போல நூத்துக் கணக்குல ஆம்பளைக சொல்லித்தாறாக சார். இப்படி பொட்டத்தனமா இல்ல.”

தமிழய்யா தெளிவுரை வழங்கினார்.

“கசப்பான சமாச்சாரத்தத் தேன்ல கலந்துதான் கொடுக்க வேண்டியிருக்கு.”

ரங்கராஜனுக்குச் சூடு இறங்கவில்லை.

“ஆத்தக் காத்துண்டு கெடக்கறவாளுக்கு பாண்டியன் வாயால பேச்சு வாங்கிக் கட்டிக்கணும்னு தலையெழுத்து.”

“நம்ம தமிழய்யாவோட பொண்ணு மாதிரி டீச்சர் ட்ரெயினிங் முடிச்சிட்டு வெறுங் கழுத்தோட வீடு வீடா கெடக்கிற பொண்ணுகளவும் மனசுல வச்சுப் பேசுங்க சார்.”

“அவாளுக்குக் கொடுக்கவேண்டாம்னு சொல்லலயே.”

“குடுக்கலயே.”

“ஒரு பொண்ணுக்கு மாதச் சம்பளம் தர்றான் குடும்பத்தக் காப்பாத்த. ஹிந்தி கத்துக்கொடுத்தா என்ன சங்கீதம் கத்துக்கொடுத்தா என்ன.”

“அதுக்கு அப்பிராணிப் பையங்கதானா கெடச்சாங்க.”

“நீங்க வெளையாட்டு கத்துத்தரலயா.”

“இது உள்ளூர்ச் சமாச்சாரம் சார். ஒவ்வொரு பையனும் வீட்ல கிட்டி வெளையாடுறான். மழ வந்தா ஊருக்குத் தலதெறிக்க ஓடுறான். அதே வெளையாட்டத்தான் இங்க வந்து பேஸ் பால் ரன்னிங் ரேஸ்னு ஆடுறான். என்ன சார் கிட்டி வெளையாட்டுக்கும் இந்தி படிக்கிறதுக்கும் முடிச்சுப் போடுறீகளே.”

ரங்கராஜன் ரூமுக்குள் போய் சோப் எடுத்துக்கொண்டு வந்தார். சோப் டப்பாவுக்குள் பல்பொடிப் பொட்டணத்தை வைத்து மூடினார்.

“ஹிந்தி படிக்கறது கஷ்டம்னா தமிழ் ரெம்பக் கஷ்டம் பாண்டியன்.”

அவருக்குப் பின்னால் வந்த பாண்டியன் டூத்பேஸ்ட்டை பிரஷ்ஷில் படுக்கவைத்தார்.

“தமிழ் படிக்கிறவன் இந்திய பூன்னு ஊதீருவான்.”

“ஊதட்டுமே.”

“அப்படியென்ன ஆத்தரம். இந்தி பேசுறவுகளுக்கு தமிழ் சொல்லிக் குடுப்பாகளா. இங்கமட்டும் இளிச்சவாயங்களா என்ன.”

“கூடுதலா ஒரு பாஷையைத் தெரிஞ்சுக்கிறது தப்பில்ல..”

“அது எல்லாருக்கும் பொதுவாருக்கணும். அதென்ன எழுத்தா சார். வெளவால் தலகீழா தொங்கின மாதிரி. நேரா இருக்கிற தமிழவே படிக்கத் தெணறுறான்.

“தமிழ் எழுத்துமட்டும் என்னவா இருக்கறதாம். செத்த பாம்பு சுருண்டு கெடக்கற லட்சணமா.”

பாண்டியன் துள்ளினார்.

“செத்தா கெடக்குது. நாகம் படமெடுத்துச் சீறிட்டு நிக்கிற எழுத்துக்கள மறந்துட்டீக. அதக் கலச்சுவுட்டு வேடிக்க பாத்தா நடக்கிற கதையே வேற.”

தமிழய்யாவுக்கு ஒரு சந்தேகம்.

“இங்கிலீஷ் எழுத்துல ஒரு ராஜ கம்பீரம் இருக்குதுன்னு சொல்லப்போறீகளா சாமி. நாடு விடுதலையடஞ்சு இத்தன வருஷமாகியும் அந்த பாஷ நம்மள ஆண்டுக்கிட்ருக்கறதுன்னா அதுக்கு என்ன அர்த்தம்.”

பாண்டியன் முந்திக்கொண்டார்.

"நம்ம சொந்தமா சிந்திக்கத் தெரியாத மடையங்கன்னு அர்த்தம். இல்ல நமக்கு இனியும் உண்மையான விடுதல கெடைக்கலன்னு அர்த்தம்."

"அன்னிய பாஷையிலருந்து விடுதலையடையணும்னா நமக்குன்னு பொதுவாக வேற ஒரு பாஷ வேணுமில்லையா."

"ஒரு பேச்சுக்காகச் சொல்றென். பொதுவான மொழியா தமிழ் இருக்கட்டும்னா ஒத்துக்கிருவானா."

"அதெப்படி. மெஜாரிட்டி ஜனங்க பேசற பாஷையத்தான பொதுவானதா வச்சுக்கிடணும்."

"அதென்ன மெஜாரிட்டி. தேர்தலா நடத்துறாக. அப்படின்னா வெள்ளக்காரனுக்கும் இவனுக்கும் என்ன வித்தியாசம். அவன் வெள்ள இவன் கறுப்பு."

"என்னப்போல."

"நம்மளப்போல."

"பொதுவான பாஷையில்லன்னா நாட்ல ஒத்தும கெட்டுப் போகும்."

"ஒத்துமங்கிறது தீத்தம் சார் கடையில விக்கிற வெண்டக்காயா என்ன. அது தானா வரணும். நாட்ல நாப்பது மொழி இருக்கு துன்னா அத்தனையும் பொதுவானதுதான். நரிக்கொறத்திகிட்டப் போயி ஒம்புள்ளய இந்தியில கொஞ்சுன்னு சொல்லமுடியுமா. கையில கெடைக்கிறத எடுத்துக்கிட்டு அடிக்க வந்துருவா. பெரிய ஒத்துமையாம் ஒத்தும. வாய்கிழியப் பேசுறதோட சரி."

"என்னதான் செய்யச் சொல்றேள்."

"டில்லியில இந்தி பேசுறவன் மட்டுந்தான் இருக்கானா. தமிழன் இல்லையா. கன்னடக்காரன் இல்லையா."

"எல்லாருந்தான் இருக்கறா."

"அவனவனுக்கு அந்தந்த மொழியில எழுதீட்டுப் போயேன். அதுதான் ஒருத்தன ஒருத்தன் மதிக்கிறதுக்கு அடையாளம். இதென்னடான்னா ஒருத்தன் மத்தவன மிதிக்கிற கதையால்ல இருக்கு. கொஞ்ச நாளைக்கு முந்தி நடந்த ஒரு அநியாயத்தச் சொல்றென். கேளுங்க."

"அநியாயம் நடந்தது பாண்டியனுக்கா மத்தவாளுக்கா."

"எனக்கு நடந்துருந்தா அந்த எடத்துலயே ரெண்டுல ஒண்ணு பாக்காம வருவனா. எங்க சொந்தக்காரப் பய ஒருத்தன் வீட்ல

கெடந்து வெவசாயத்தக் கவனிக்காம கொழுப்பெடுத்துப் போயி எவனோ ஒரு கான்ட்ராக்டர் பேச்ச நம்பி வட நாட்டுக்கு ஓடிப் போயிட்டான்."

"அங்க என்ன வேல."

"பெரிய உத்தியோகம். காதவழிக்குப் போயி கரண்டுத் தூணு நட்றதுக்குத்தான். பக்கத்து வீட்டுப் பையன் போயிட்டு வந்து வெள்ளையுஞ் சொள்ளையுமா என்னேரமும் கையில டிரான்சிஸ்டரத் தூக்கீட்டுத் திரியிறதப் பாத்து இவனுக்கு இருப்புக்கொள்ளல. மாடுகண்ண வுட்டுட்டு ராத்திரியே கௌம்பீட்டான். அங்க போன பெறகுதான் தெரியிது பெழப்பு மோசம்னு."

"சரியா மாட்டிண்டான்."

"கொஞ்ச நாளைக்கு வெயில்ல கெடந்து ஒதஞ்சு பாத்துருக்கான் முடியல. கையில காசுமில்ல. கான்ட்ராக்டர் கண்ணுலயே தட்டுப்படல. சரி வேற வழியில்லன்னு முடிவுசெஞ்சு யாருட்டயும் சொல்லாமக் கொள்ளாம ஊருக்கு நடைய வுட்டுட்டான்."

"தனியா வரானா."

"வரும்போது பட்ட கஸ்டம் கொஞ்சநஞ்சமா. கண்ட எடத்துலயும் மாடு மாதிரி தண்ணியக் குடிச்சிட்டு ஒரு நாள் முழுக்க பட்டினியோடயே நடந்துருக்கான். மறுநாள் மதியம் ஆளு ரெம்பக் கெறங்கிப் போயிட்டான். ஒரு இந்திக்காரன் வீட்ல போயி தண்ணி கேட்ருக்கான். இவன் பேச்சு அவனுக்குப் புரியாம இந்தியில என்னென்னமோ பேசியிருக்கான். அது இவனுக்குப் புரியல. ஆனா அவன் இந்தின்னு சொல்றதப் பாத்தா இந்தி தெரியாதான்னு கேக்கிறாங்கிறது மட்டும் வெளங்கிப் போச்சு. இவன் தெரியாதுன்னு தலையசைக்கவும் அவனுக்கு வந்ததே கோவம். எதிரியா நெனச்சுக்கிட்டு வாய்க்கு வந்தபடி திட்டித்தீத்து கழுத்தப் புடிச்சுத் தள்ளீட்டான். இவன் என்னென்னமோ சைகையில சொல்லி தண்ணி கேட்டுப் பாத்தும் கெடைக்கல. காலோஞ்சு நாவறண்டு தள்ளாடித் தள்ளாடி நடந்து வந்து கடைசிக்கு ஒரு கொளத்துல தண்ணி குடிச்சிருக்கான்."

ரங்கராஜனுக்கு முகத்தில் வருத்தம் படர்ந்தது.

"சாப்பாட்டுக்கு என்ன செஞ்சானாம்."

"என்ன செய்ய முடியும். பிச்சையெடுத்தாத்தான் வழி. அதச் செய்றதுக்கும் மனசு வரல. சரி உள்ளதுபோல இருக்கட்டும்னு கள்ள ரயிலேறிப் படுத்துட்டான். விடியக்காலம் வண்டி ஆந்திரா வுக்குள்ள மொழையும்போது எக்கச்சக்கமா ஆப்புட்டுக்கிட்டான்."

"அதெப்படி."

“போலீஸ்காரன்தான் துயிலெழுப்பியிருக்கான். பெறகென்ன முட்டிக்கு முட்டி தட்டி ஜெயில்ல போட்டுட்டாக. பத்து நாளைக்கு மாமியார் வீட்டுச் சாப்பாடு. பதினோராம் நாள் அவுத்து வுட்டுட்டான். வாற வழியில கெடைக்கிற வேலையைச் செஞ்சு வயிறு கழுவிக்கிட்டே நடந்து நடந்து கடைசியா ஆண்டியாவரத்துக்கு அர உசிரோட வந்து சேந்துட்டான்.”

“சரியான அனுபவம் பாண்டியன்.”

“அதுக்குப் பெறகு அய்யா வடக்க தலவச்சுக்கூடப் படுக்கிற தில்ல. இந்தக் கதைய எதுக்குச் சொல்ல வந்தன்னா ஒரு சாதாரண இந்திக்காரனுக்குக்கூட தான் பேசுற மொழிமேல எவ்வளவு மரியாத இருக்குது பாருங்க. நம்மளுந்தான் இருக்கமே. கோட்டையில உக்காந்துருக்கிற மகராசங்கள எண்ணைக்கு கரும்புள்ளி செம்புள்ளி குத்தி கழுதமேல ஏத்தி ஓட்றமோ அண்ணைக்குத்தான் நம்ம தல நிமிந்து நிக்கமுடியும். என்ன செய்றது சலூன்காரனுக்கு இருக்கிற ரோசமும் மானமும் சட்டம் போடுறவனுக்கு இல்லையே.”

இனிப் பேச்சு வளர்ந்தால் பாண்டியனைக் கட்டுப்படுத்த முடியாது. ஒருவர் பாக்கியில்லாமல் சகட்டுமேனிக்கு ஏக வசனத்தில் பேசுவார். நிலைமையறிந்து தமிழய்யா மெல்ல எழுந்தார். ரங்கராஜன் சொன்னார்.

“என்ன எழவோ சோத்துக்கு வழியில்லாறச்சே இந்த வம்பெதுக்கு. வாங்கோ குளிக்கப் போகலாம்.”

மூணு பேரும் புறப்பட்டார்கள். கதவைப் பூட்டிய பாண்டியன் பேச்சுவாக்கில் சொன்னார்.

“ரங்கராஜன் சாருக்கு இந்தி புடிக்குதோ இல்லையோ இந்தி சொல்லித்தாறவுகளப் புடிச்சுப் போச்சு.”

ரங்கராஜன் வேகமாகத் திரும்புமுன் பாண்டியன் முன்னால் ஓடி தமிழய்யாவுக்கு நாயுருவிச் செடியைத் தேட ஆரம்பித்தார். தமிழய்யா ரங்கராஜனின் கோவத்தை ரசித்தபடி பின்தொடர்ந்தார்.

# 3

பாண்டியன் கிரவுண்டில் இருந்தார். ஏழாம் வகுப்புக்குக் கபடி நடந்தது.

“மதியச் சோத்து மயக்கம் இனியும் போகலயா. சுறுசுறுப்பா இருடா சோதாப் பயலே.”

அவரே கோதாவில் இறங்கி கணீரென்று பாடினார். கோட்டைத் தொட்டு காலைத் தூக்கி தோரணையாகப் பார்த்தார். வேண்டுமென்றே பிடிபட்டு மூச்சுவிடாமல் தாக்குப்பிடித்து தப்பி வந்து முறைத்தார். அதேபோல் அடுத்த பக்கம் நின்று எதிராளியைப் பிடிக்கும் தந்திரங்களைச் சொல்லிக்கொடுத்தார். இப்போதுதான் பையன்களுக்கு வேகம் வந்தது. அவரது விசிலும் சுதாரிப்படைந்தது.

ஆறாம் வகுப்பு அய்யாத்துரையும் அட்டெண்டர் அடைக்கலமும் கிரவுண்டுக்கு வந்துகொண்டிருந்தார்கள். பாண்டியன் விசிலைத் துப்பிவிட்டு ஆச்சரியமாகப் பார்த்தார்.

அய்யாத்துரையின் முகத்தில் வேட்டி சட்டையைப்போல் அதே வெள்ளைச் சிரிப்பு. அடைக்கலம் கொஞ்சம் வாட்டமாக இருந்தார்.

“என்ன சார் இவ்வளவு தூரம். கபடி வெளையாடணும்னு ஆச வந்துருச்சா.”

அய்யாத்துரை நெருங்கி வந்தார்.

“ஒங்களப் பாக்கத்தான் வந்தொம்.”

“அப்படியென்ன அவசரம் சார். சொல்லிவுட்டுருந்தா நானே வந்துருப்பனே.”

அடைக்கலம் வாய் திறந்தார்.

“ஒங்களுக்கு வெசயந் தெரியாதா. இண்ணைக்கு சார் ரிடையராகறாரு.”

பாண்டியன் அய்யாத்துரையைப் பார்த்தார்.

"உண்மையாவா சார். நம்ப முடியலயே."

"ஆயிப்போச்சு வயசு. ஒங்களத்தான் மொதல்ல பாத்துச் சொல்லணும்னு தோணுச்சு."

பாண்டியன் அடைக்கலத்திடம் வருத்தப்பட்டார்.

"என்னங்க அடைக்கலம். நேத்து ஒரு வார்த்த சொல்லியிருக்க லாமில்ல. அட நேத்த வுடுங்க. காலையில கையெழுத்துப் போடும் போதுகூட சொல்லலயே."

அவர் அடைக்கலத்தை அனுப்பிவிட்டு அய்யாத்துரையைக் கூட்டிப் போனார். ஒவ்வொரு வகுப்பாகப் போனார்கள். பாண்டியன் எல்லா வகுப்பிலும் அய்யாத்துரையைப் பற்றிப் பெருமையாகச் சொன்னார்.

டீச்சர்ஸ் ரூமில் வாத்தியார்கள் ஒப்புக்குச் சிரித்தார்கள். யாரும் கலகலப்பாக இல்லை. அய்யாத்துரை மட்டும் எப்போதும்போல் சந்தோசமாக இருந்தார்.

வழக்கத்துக்கு மாறாக பையன்கள் அவரைச் சூழ்ந்துகொண்டார்கள். அவர் ஒவ்வொருவரையும் வருடி தட்டிக்கொடுத்தார். அவர்கள் அண்ணாந்து பார்த்துவிட்டு ஏதோ வருத்தத்தில் பிரிந்தார்கள்.

பாண்டியன் அவரை ஹெட் மாஸ்டரிடம் கூட்டிப் போனார். ஹெட் மாஸ்டர் நிறையப் பேசினார். அய்யாத்துரை நிறைய சிரித்தார். கடைசியில் மட்டும் ரெண்டு வார்த்தை சொல்லி விடைபெற்றார்.

"சார் ஆறாம் வகுப்புக்குச் சீக்கிரம் வாத்தியார் வாறதுக்கு ஏற்பாடு செஞ்சிருங்க. அந்தப் பயிருக வேர்ப் புடிச்சு வளந்தாத்தான் வெளச்சலும் நல்லாருக்கும்."

பாண்டியன் மனசுக்குள் பேசினார்.

"அதுவரைக்கும் அந்த வகுப்புக்கு இந்தி டீச்சர மட்டும் அனுப்பாம இருந்தாச் சரி."

ஹெட் கிளார்க் சீனிவாசனிடங்கூட சொல்லிக்கொள்ள மறக்க வில்லை அய்யாத்துரை. பாண்டியன் சீனிவாசனிடம் சொன்னார்.

"நம்ம சாருக்குச் சேரவேண்டிய பணமெல்லாம் வாங்கிக் குடுக்கிறவரைக்கு ஒங்கள உக்கார வுடமாட்டேன்."

சாயங்காலம் ஸ்கூல் விட்டதும் வையாபுரி எல்லா வாத்தியார்களையும் பிடித்து நிறுத்திவிட்டான். பாண்டியன் அவனைப் பாராட்டினார்.

"நீ கில்லாடிவே. கொழந்தச்சாமி சாரக்கூட புடிச்சு வச்சிட்டயே."

"கடைசியில நாலு தடவ வுட்டுவுட்டு மணியடிச்சது ஆருக்குன்னு நெனச்சீக."

"அப்படியொரு ஏற்பாடா."

"கல்லாப்பெட்டி ஞாபகம் வந்துட்டா வண்டி நிக்காதே."

பாண்டியன் குழந்தைச்சாமியை விடுதலை செய்தார்.

"நீங்க முன்னால போங்க சார். நாங்க பேசிக்கிட்டே வாறொம். கவலப்படாதங்க. நம்ம கடைக்குத்தான் வருவொம்."

சீனிவாசன் அடைக்கலம் உட்பட எல்லாரும் அய்யாத்துரையுடன் ஹோட்டலுக்குப் போனார்கள். பாண்டியன் ஒவ்வொரு பண்டமாக ஆர்டர் பண்ணினார். வையாபுரி சர்வராக மாறினான். மாணிக்கம் வையாபுரிக்கு எடுபிடி. கடைசியில் வித்தியாசமான பண்டங்களின் பேரும் கேட்டது.

"தமிழய்யாவுக்கு ஒரு கட்டு வெத்தல பாக்குப் பக்கடா தொட்டுக்கிறதுக்கு ஒரு டப்பா சுண்ணாம்பு. நம்ம கிராப்ட் சாருக்கு ஸ்ட்ராங்கா ரெண்டு பொடிமட்ட."

வையாபுரி வேகமாகப் போனான்.

"இந்தா கொண்டுவாறென் சூடா."

சட்னிக் காரம் தாங்காமல் தமிழய்யா குருவிக் குஞ்சாக வாயைத் திறந்தாலும் அவர் கண்ணில் ரெண்டு சொட்டுச் சிரிப்பு திரண்டிருந்தது.

அன்றைக்கு குழந்தைச்சாமி சாப்பிட்டது உட்பட செலவெல்லாம் பாண்டியன் பொறுப்பு. வையாபுரி எழுதிவைத்ததுபோல் கணக்கை ஒப்பித்தான்.

வெளியே வந்த தமிழய்யா அய்யாத்துரையை கொஞ்ச நேரம் வெறித்துப் பார்த்துக்கொண்டிருந்தார். இதைக் கவனித்த ரங்கராஜன் கேட்டார்.

"ஏன் சார் அவரையே பாத்துண்டுருக்கறேள்."

தமிழய்யா நினைவை முறித்துக்கொண்டு சிரித்தார்.

"நான் வீட்டுக்குப் போறதுக்கு எத்தன நாளிருக்குன்னு நெனச்சுப் பாத்தென்."

பாண்டியன் சொன்னார்.

"நீங்க வீட்டுக்குப் போறது இருக்கட்டும். மொதல்ல ரூமுக்குப் போங்க."

ரங்கராஜன் கேட்டார்.

“நானும் அய்யாத்தொர சார் ஆத்துக்கு வரட்டுமா பாண்டியன்.”

“நீங்க தமிழய்யாவக் கூட்டீட்டுப் போங்க. இல்லன்னா நேர தென்காசிக்கு நடைய வுட்டாலும் வுட்ருவாரு.”

பாண்டியனும் வையாபுரியும் அய்யாத்துரையின் வீடுவரை போனார்கள்.

முற்றத்தில் மிதிக்கு முன்பே அவரது சம்சாரத்தின் குரல் வந்தது.

“வெளையாட்டுக்காரத் தம்பி வாங்க.”

பாண்டியன் வையாபுரியைப் பார்த்தார்.

“இந்த வீட்ல எனக்குப் பேரு வச்சிருக்கிறதப் பாத்தயா.”

“பொருத்தமான பேருதான் சார்.”

“அப்படியா. வெளிய வா கவனிச்சுக்கிறென்.”

பாண்டியன் கிட்டத்தில் உட்கார்ந்து அந்த அம்மாவிடம் தோதாகப் பேச்சுப்போட்டார்.

“ஈஸ்வரிய எங்க காணும். ஸ்கூல் வுட்டு ரெம்ப நேரமாச்சே.”

“கீழத் தெருவுல ரெண்டு வீட்டுக்கு எண்ண வேணும்னு சொல்லிவுட்ருந்தாக. கொண்டுட்டுப் போயிருக்கா.”

“அந்த வேல வேறயா. அவள என்ன கஸ்டப்பட்டும் படிக்க வச்சிருங்க. ஏழு தாண்டுனா பெறகு மூணு வருசந்தான். பத்து முடிச்சுட்டா ஏதாவது வேலைக்குப் போயிறலாம்.”

“ஒத்தப் பொண்ணவும் முன்னேற வச்சிறணும்னுதான் அவுக அப்பா தெனமும் செக்கச் சுத்துறாக தம்பி. எப்படியும் உருண்டு பெரண்டு அவளப் படிக்க வச்சிற வேண்டியதுதான். அவுகளுக்குத்தான் கஸ்டம். வீட்ல உஸ்ஸுனு உக்காரக் குடுத்துவைக்கல. வேலையக் கைமாத்துறதுக்கு ஒரு ஆம்பளப் புள்ள இருந்தா மலைக்க வேண்டியதில்ல.”

அய்யாத்துரை இடையில் குரல்கொடுத்தார்.

“என்ன அங்கம்மா வீட்டுக்கு வந்த விருந்தாளுகளச் சும்மா உக்காத்தி வச்சுப் பேசிக்கிட்ருக்க.”

“வெளையாட்டுக்காரத் தம்பியப் பாத்தா எல்லாமே மறந்துருது.”

அங்கம்மா அவசரமாக எழுந்து போய் கருப்பட்டி கலந்து எள்ளுப் பிண்ணாக்கை பிட்டாகக் கொண்டு வந்து கொடுத்தது. பாண்டியனும் வையாபுரியும் திகட்டத் திகட்டத் தின்றார்கள். பாண்டியன் சொன்னார்.

“இப்படியொரு சமாச்சாரம் இருக்குதுன்னு தெரிஞ்சிருந்தா தமிழய்யாவவும் கூட்டீட்டு வந்துருக்கலாமே.”

அங்கம்மா சிரித்தது.

"அதுக்கென்ன இனியொரு நாளைக்கு எல்லாரும் வாங்க. சாப்பாடு செஞ்சு வைக்கென்."

"அம்மா இனிமே செக்கச் சுத்துற வேலைய எனக்குக் குடுத்துருங்க. கூலி கேக்கமாட்டென். இந்த மாதிரி புட்டு குடுத்தாப் போதும்."

வையாபுரி சொன்னான்.

"நான் கேக்கணும்னுருந்தென். நீங்க போட்டிக்கு வந்துட்டீகளா."

அய்யாத்துரை கலகலத்தார். பாண்டியன் கிளம்பும்போது அங்கம்மாவிடம் மறக்காமல் சொன்னார்.

"சார அப்பப்ப ஸ்கூலுக்கு அனுப்பி வையிங்கம்மா. இல்லன்னா நான் இங்க வந்து ஒங்க சாப்பாட்டப் பங்கு போட்ருவென்."

"ஒங்க கலியாணத்துக்கு எங்கள மறந்துறாதங்க. எப்பச் சாப்பாடு போடுவீகன்னு எதிர்பாத்துட்ருக்கொம்."

"நீங்க இல்லாம எனக்குக் கலியாணமே நடக்காது."

அதுக்கும் அய்யாத்துரையின் முகத்தில் சிரிப்புத்தான். வெளியே வந்ததும் பாண்டியன் வையாபுரியிடம் சொன்னார்.

"சிரிக்கிறதுக்குன்னே பெறந்த மனுசம்ப்பா இவரு."

"அதனாலதான் ஒரு நோய் நொடியில்லாம இருக்காரு."

"எங்கம்மாட்டப் பேசீட்டு வந்த மாதிரியே இருக்கு."

"ஒங்கம்மாவுக்கு இவ்வளவு வயசிருக்குமா."

பாண்டியன் ஒரு நிமிஷம் மௌனத்துக்குப் பின் சொன்னார்.

"இருக்கும் இருக்கும். ஏன் அப்படிக் கேக்க."

"அவுகளப் பாக்கணும்போல இருக்கு. ஒங்கய்யாவத்தான் இங்கயே பாத்துட்டனே. வீட்டுக்குக் கூட்டீட்டுப் போவீகளா சார்."

"என்னவே அப்படிக் கேட்டுப்புட்ட. கண்டிப்பாக் கூட்டீட்டுப்போறென்."

"எப்ப சார்."

"நான் போகயில."

"எப்பப் போவீக சார்."

"அதுக்கென்ன இப்ப அவசரம். போகலாம் ஒரு நாளைக்கு."

"ஒரு நாளைக்குச் சாப்பாடு போட்டாப் போதும்."

“பத்து நாளைக்குக்கூட இருந்து சாப்புடு. எங்கய்யா நல்லாக் கவனிச்சுக்கிருவாரு. ஒருத்தர மனசுக்குப் பிடிச்சுப் போச்சுன்னா உயிர வுடுவாரு.”

“அப்படின்னா அம்மா கவனிக்கமாட்டாகளா.”

“ரெண்டு பேருந்தான்.”

பாண்டியனின் யோசனையான நடையைக் கவனித்தான் வையாபுரி.

“போயும் போயும் ஒரு பியூனக் கூட்டீட்டுப் போகவான்னுதான யோசிக்கீக சார்.”

“வே இப்ப எங்கிட்ட ஒத வாங்கப் போறயா. பியூனும் மனுசந்தான. வாத்தியாருன்னா ரெண்டு கொம்பா மொளச்சிருக்கு. பரிச்ச லீவு வரட்டும். ஒன்னக் கழுத்தப் புடிச்சு இழுத்துட்டுப் பேறானா இல்லையான்னு பாரு. அதுக்கு ஒன் வீட்டுக்காரி சம்மதிக்கணுமே.”

“ஒங்ககூடன்னா எங்க போறதுக்குன்னாலும் சம்மதிப்பா.”

“அதெப்படி. அது எம் மூஞ்சியக்கூடப் பாத்துக்கிட்டதில்லையே.”

“பாத்துத்தான் ஒருத்தரு கொணத்தப் பத்தித் தெரிஞ்சுக்கிறணுமாக்கும். நான் சொன்னாப் போதாதா.”

“என்னப் பத்தி இல்லாறது பொல்லாறதெல்லாம் சொல்லி வச்சிருக்கயா.”

“அப்படின்னே வச்சுக்கங்களேன்.”

“இதுலருந்து என்ன தெரியிது. வேற யாருகூடயோ நீ சேந்துட்டுத் திரியிறது ஒன் வீட்டுக்காரிக்குப் புடிக்காது. அப்படித்தான. அது யாருவே. ஒழுங்காகச் சொல்லீரு. இல்ல பெண்டக் கழட்டீருவென்.”

“அந்த மாதிரி சேர்க்க ஆருமில்ல சார்.”

“எங்கிட்ட மறைக்காத.”

“நம்ம வாச்மேன் வீரணனோட சேந்துக்கிட்டுப் போயி ஒரு கூத்துப் பண்ணீட்டென். அது அவளுக்குத் தெரிஞ்சு போச்சு. வீட்ல சண்டக்காடு தாங்கமுடியல.”

“அப்படி வா வழிக்கு. ரெண்டு பேரும் சேந்து என்ன செஞ்சீக.”

“பெரிசா ஒண்ணுமில்ல.”

“சிறிசா என்ன நடந்தது.”

“ரெண்டு பேரும் ஒரு நா பொழுது சாய பதினி குடிக்கணும்னு பனையடிக்குப் போனொம்.”

“ஓசிப் பதினிதான.”

“இல்ல சார். காசுப் பதினி.”

“அவன் தலையில மொளகா அரச்சயா.”

“ரெண்டு பேருக்கும் எம் பொறுப்பு.”

“அப்ப மழ வந்துருக்குமே. சரி பனையடிக்குப் போனீக.”

“போனதே சரின்னு அவன் மண்டிபோட்டு நாலஞ்சு பட்டைக்கு உள்ள ஊத்தி அடச்சு எரும கனச்ச மாதிரி ஒரு ஏப்பம் போட்டான். பெறகு நான் கையை ஏந்துனென். பட்டையில பதினிய ஊத்தும்போது கப்புனு புளிப்பு வாடையடிச்சது. நான் சந்தேகத்துல அண்ணாந்து பாத்தென். சும்மா குடியும்னு பனையேறி கண்ணச் சிமிட்னாரு.”

“ஏன் நல்ல பதினியில்லையா.”

“கலயத்துல சுண்ணாம்பு தடவ மறந்துட்டாரு. பெறகென்ன செய்றது. அலுப்புக்குப் புளிப்பில்லன்னு நானும் ஒரு கலயத்தக் காலி பண்ணுனென்.”

“வே எனக்குச் சின்ன வயசுலயே காது குத்திட்டாக. தெரியுமா. சுண்ணாம்பு தடவ மறந்துட்டானா. திருட்டுத்தனமா கள்ளு குடிக்கப் போயிட்டு கதையா வுடுற.”

“அதுக்குப் பேரு கள்ளுல்ல சார். வெள்ளப் பதினி.”

“ஒழுங்கா வீடு வந்து சேந்தீகளா.”

“வீரணன் லம்பி ஒளற ஆரம்பிச்சிட்டான். நான் சமாதானப் படுத்தி கைத்தாங்கலா கூட்டீட்டு வாறென்.”

“ஓங்களுக்கு ஒண்ணுஞ் செய்யலயாக்கும். பெரிய வீரனாச்சே.”

“வரவர எனக்கும் நேர நடக்கமுடியல. நான் அவன்மேல சாய அவன் எம்மேல சாய தட்டுத் தடுமாறி நடந்து வாறொம்.”

“பொதியேத்துன கழுதைக்கு முட்டி தட்ன மாதிரி.”

“நீ முன்னால போ நான் பின்னால வாறன்னு அவன் பின்னாலயே போறான்.”

“அய்யா மறுபடியும் பனைக்குக் கெளம்புறாகளா.”

“இனியும் பனைக்குப் போனா அம்புட்டுத்தான். அந்த எடத்துலயே வுழுந்து கெடக்க வேண்டியதுதான்.”

“ரெண்டு பேருக்கும் போத அப்படி கண்ண மறைக்குதோ.”

“எங்களுக்கு நெகார் தெரியல. எதுப்பாட்டுப் படிச்சுக்கிட்டே வாறொம்.”

“அது வேற கேக்குதா.”

“எங்க பாத்தாலும் மரஞ் செடியெல்லாம் அலையடிக்குது.”

“நான் இருந்துருக்கணும் அப்ப. புடிச்சுக் கெணத்துல தூக்கிப் போட்டுட்டு வந்துருப்பென்.”

“எதுக்க தூரத்துல ஒரு உருவம் நடந்து வாறது மங்கலாத் தெரிஞ்சது. கண்ணத் தொடச்சிட்டுப் பாத்தா வாட்டசாட்டமான ஆளு வேகுவேகுன்னு வருது. கையில சின்னக் கம்பு காக்கிச் சட்ட குல்லா. அய்யய்யோ காரியங் கெட்டுப்போச்சேன்னு அவன இழுத்துப் புடிச்சு வெசயத்தச் சொன்னென். ரெம்பத் துள்ளிக்கிட்டு வந்தவன் அந்த ஆள அடையாளம் பாத்ததும் அடங்கிப் போயிட்டான். ரெண்டு பேரும் ஒசாராயிட்டொம்.”

“போதையெல்லாம் இருந்த எடந் தெரியாமப் பறந்துருக்குமே.”

“நீ முந்தி நான் முந்தின்னு ஓட்டம் புடிச்சொம் பாருங்க. சும்மா கரிசக்காட்ல புழுதி பறக்குது. திரும்பிப் பாத்தா போலீஸ்காரரு தொபுக் தொபுக்னு பின்னால ஓடி வாறாரு. ஏலே நில்லு நில்லுன்னு அவரு சத்தம் கிட்டத்துல கேக்கிற மாதிரி இருக்குது.”

“கழுத குதிரையாயிருச்சு. ரன்னிங் ரேஸ்தான்.”

“நாங்க ஏங்கி ஓடி ஒரு ஓடையைத் தாண்டிக் கெலிச்சிட்டொம். அவரு ஓடைக்குள்ள எறங்கி வாறதுக்குள்ள களிச்சுத் திரும்பி கிட்ணசாமி சாரோட வாழத் தோட்டத்துக்குள்ள பூந்து ஒளிஞ்சுக் கிட்டொம். அப்பத்தான் எங்களுக்கு போன உசிரு திரும்பி வந்துச்சு.”

“மயிரிழையில் உயிர் தப்பிய மாவீரர்கள் வாழ்க.”

“தோட்டத்துக்குள்ள ஒரு மூலையில மறஞ்சுக்கிட்டுப் பாக் கொம். அவரு அடுத்த மூலையில நிக்காரு. ரெண்டு நாயில ஒரு மூஞ்சியாச்சும் அடையாளந் தெரியாமப் போச்சே. தெரிஞ்சிருந்தா வீட்ல கோழிய அமுக்குன மாதிரி அமுக்கீருவனேன்னு பொலம்பிக் கிட்டே தேடிப் பாக்காரு.”

“ஒங்களுக்கு நல்ல நேரம். கையில கெடச்சா ஆணி வேற அக்கு வேற கழட்டிக் காயப் போட்ருப்பான்.”

“நாங்க பம்மிப் பம்மி அந்தக் கடசிக்கு ஓடி ஊருக்குள்ள வந்து சேந்துட்டொம்.”

“ஒருவழியா தப்பிச்சிட்டீக.”

“தப்பிக்கவா. இனிமேதான இருக்குது கதையே.”

“அதென்ன கத.”

“அந்த நேரத்துல எங்க தெருச் சாவடியில கூட்டம் நடக்குது. நாங்க கூட்டத்துக்குள்ள ஆளோட ஆளா உக்காந்துக்கிட்டொம்.”

“கூட்டம் எதுக்கு நடக்குது.”

“காளியம்மா கோயிலுக்குப் பொங்கல் சாட்றாக. புள்ளிக்காரரு எப்ப வந்துருவாரோன்னு எங்களுக்குக் கையுங் காலும் ஒதறலெடுக்குது. பரக்கப் பரக்கப் பாக்கொம்.”

“காட்டிக்குடுத்துட்டீகளா.”

“இந்த வருசம் காளித்தாயி புண்ணியத்துல நல்ல வெள்ளாமன்னு தலைவரு சொல்றாரு. அதுக்கு வீரணன் ஆமாமா பனையில நல்லா வெளச்சலுன்னு ஒளறுறான். நான் இல்ல இல்ல தென நல்லா வெளஞ்சிருக்குன்னு சொல்றென். கூட்டத்துல எல்லாரும் எங்களவே பாக்காக.”

“சும்மாவா வுட்டாக.”

“வீரணன் பனன்னு சொல்ல நான் தெனன்னு சொல்ல வாய்ச் சண்ட ஆரம்பிச்சிருச்சு. பொங்கல் சாட்ற கூட்டத்துல புத்தி கெட்டுப் பொலம்புறது எவண்டா, அவனக் கழுத்தப் புடிச்சு வெளிய தள்ளுடான்னு தலைவரு கோவத்துல ரெண்டு வார்த்த சொன்னதுதான் சாக்கு. எங்க மேல அடியும் ஒதையும் மழையாச் சொரியிது. வெள்ளாம பனையிலயா வெளையிது மச்சான்னு சொல்லிச் சொல்லி தரும அடி குடுக்காக. எங்கம்மா குடுத்த சேனப்பாலெல்லாம் கலங்கிப்போச்சு. கடசிக்கு செத்த நாயப் போல எங்கள இழுத்து வந்து தெருவுல போட்டுட்டாக.”

“அதோடயாச்சும் வுட்டுத்தொலச்சாகளே.”

“எவனோ ஒருத்தன் பானையில தண்ணி கொண்டு வந்து ஊத்திக் குளிப்பாட்றான்.”

“கையால குளிப்பாட்னது காணாதுன்னு தண்ணியில வேற குளிப்பாட்றாகளா.”

“நான் தலையக் குலுக்கிக்கிட்டு தட்டுத்தடுமாறி எந்திரிச்சு வீட்டுக்குப் போயிப் படுத்தவன்தான். ரெண்டு நாளைக்கு எந்திரிக்கவே முடியல.”

“வேல செஞ்சு முறிச்ச அலுப்பு இருக்குமில்லையா. அதுவரைக்கு அய்யாவ ஸ்கூல்ல தேடலயா.”

“காச்சலுன்னு சொல்லி லீவு போட்டுட்டென். ரெண்டு நாளும் பொண்டாட்டிக்காரி வசவு தாங்கமுடியல. என்னக்காட்டி வீரணனுக் குத்தான் ரெம்ப. அவன் ராத்திரி தப்பிச்சுப் போயி பள்ளிக்கூடத்துல படுத்துக்கிருவான். இந்தச் சங்கதியால அவன் வீட்டுக்காரிக்கும் இவளுக்கும் சண்ட. அவுகள வெலகிவுடப் போயி நாங்க ரெண்டு பேரும் மொறச்சுக்கிட்டொம். நல்ல வேளைக்கு இத்தன கதையும் பள்ளிக்கூடத்துக்குத் தெரியாது. போலீசுக்கும் எட்டல. அதோட

சரி. வுட்டதடி ஆச வெளாம்பழத்து ஓட்டோடன்னு பனமரத்துப் பக்கம் எட்டிப் பாக்கிறதே இல்ல.”

“இப்ப ஒங்க வீட்டுக்காரிக பேசிக்கிருவாகளா.”

“மூணே நாள்தான். இந்தக் கதையக் கேட்டயா மதினின்னு அடுத்த வீட்டுப் பொறணி பேசிக் கூடிக்கிட்டாக. கோயில் பொங்கலுக்கு ரெண்டு பேரும் சேந்து பொங்கல் வச்சு கொலவ போட்டதப் பாக்கணும்.”

“அடுத்த வீட்டுக் கதையோட மகிமையே மகிம. அந்தப் போலீஸ்காரனப் பாக்கிறதுண்டா.”

“அப்பப்பத் தற்செயலா பாப்பென். என்ன சௌக்கியமான்னு கேப்பாரு. ஏதோ ஒங்க புண்ணியத்துல இருக்கன்னு சொல்லி நழுவீருவென்.”

“எண்ணைக்குக் குட்டு ஒடையப்போகுதோ. வீரணன் ஊம மாதிரி இருந்துக்கிட்டு இவ்வளவு குசும்பு பண்ணுவானா. இருக்கட்டும் ஒரு நாளைக்கு வச்சுக்றென்.”

“வேணாம் சார். ஏண்டா சொன்னன்னு எம்மேல பாஞ்சுக்கிட்டு வருவான்.”

அவர்கள் ஸ்கூலை அடைந்த பின்பும் அவர்களது நிழல்கள் ரெம்பத் தூரத்தில் கிடந்தன. பாண்டியன் கேட்டார்.

“அது சரியே ஒன் வீட்டுக்கு எப்ப என்னக் கூட்டீட்டுப் போகப்போற.”

“சார் நானும் வீட்டுக்காரியும் சந்தோசமாருக்கிறது புடிக்கலயா.”

“அவ்வளவு பயமிருந்தாப் போதும். ஒன் அம்மாவப் பாக்கணும்வே.”

“அவ ஊருக்குப் போயிருக்கா. திரும்பி வந்ததும் சொல்றென்.”

“எந்த ஊருக்கு.”

“பெரிய ஊருக்கு.”

“பெரிய ஊரா. அது எங்கருக்கு.”

“மேல இருக்குது.”

“வேய்...”

பாண்டியன் திகைப்பில் திரும்பினார். அவருக்குள் தடம் பதித்துக்கொண்டு தப்பித்து ஓடத்தொடங்கினான் வையாபுரி.

# 4

இப்போதெல்லாம் ரங்கராஜனுக்கு அதிகாலையிலேயே தூக்கம் கலைந்துவிடும். புரண்டு படுத்து போர்வைக்குள்ளேயே மனோராஜ்யம் நடத்துவார். இதமாக இருக்கும்.

அன்றைக்குப் பாண்டியன் சொன்னதில் தப்பில்லை. ருக்மணியைப் பிடித்துத்தான் போயிற்று. அதென்னமோ அவள் வரும்போதும் போகும்போதும் நின்று பார்க்கத் தோணுகிறது. ஏறிட்டுப் பார்க்கமாட்டாளா என்று ஏக்கம் கவ்வுகிறது. ஏதாவது ஒரு காரணத்தை வைத்துக்கொண்டு ஆபீஸுக்குப் போகச்சொல்லு கிறது. அடைக்கலத்திடம் நாலு வார்த்தை ஒப்புக்குப் பேசும் சாக்கில் அங்கே உட்கார்ந்திருக்கும் அவளைப் பார்த்துச் சிரிக்கச் சொல்லுகிறது. அவள் ஹெட் மாஸ்டருக்கு முன்னால் உட்கார்ந்து சிரித்துச் சிரித்துப் பேசும்போது ஹெட் மாஸ்டர்மீது கோவம் வருகிறது. அவளுக்காக எந்த இடத்திலும் பாண்டியனிடம் வாதாடும் முனைப்பு வந்திருக்கிறது.

ஒரு தடவை பாண்டியன் கொஞ்சம் காட்டமாகச் சொன்னார்.

“பையங்க ஸ்கூல்லருந்து வெளியேறும்போது நொண்டி மொடமாப் போகணும்னு முடிவுபண்ணீட்டாக.”

அப்போதும் ருக்மணிக்குப் பரிந்து பேசாமல் இருக்க முடியவில்லை.

“நம்ம மனசு நொண்டி மொடமா ஆயிட்டதால எல்லாம் அப்படித் தோணறது.”

அடேயப்பா பாண்டியனுக்கு வந்த கோவத்தைப் பார்க்கணுமே. அங்கமெல்லாம் துடித்தது.

“அத்தோட பேச்ச வுடுங்க சார். பெறகு நான் பொல்லாறவனா யிருவென்.”

“நான் ஒண்ணும் தப்பா சொல்லீடலயே.”

“தப்போ சரியோ வார்த்தையச் சுருக்கிக்கிறது ரெண்டு பேருக் குமே நல்லது. அளவுக்கு மீறுச்சுனா நடக்கிற கதையே வேறே.”

படக்கென்று முறித்துக்கொண்டு போய்விட்டார். அவர் அப்படிக் கோவப்பட்டுப் பார்த்ததில்லை. தமிழய்யா இருந்திருந்தால் இவ்வளவுக்கு ஆகியிருக்காது. அவர் ரெண்டு நாள் சேர்த்து லீவு போட்டுவிட்டு ஊருக்குப் போயிருந்தார்.

பாண்டியனின் மனசு நோகப் பேசியிருக்கக்கூடாது. இப்படி வாய் தடிக்கப் பேசும் புத்தி எப்படி வந்தது. அவர் கஷ்டம் அவருக்கு. டிரில் பீரியடில்லாமல் சரித்திரம் பூகோளத்தில் கை வைத்திருந்தால் எப்படியிருக்கும்.

அதுக்குப் பிறகு பாண்டியனைப் பார்க்கக் கூச்சமாக இருந்தது. ஒரே ரூமுக்குள் இருந்துகொண்டு பார்க்காமலும் இருக்கமுடியாது. தர்மசங்கடமான நிலைமை.

ஆனால், பாண்டியன் எதையும் மனசில் வைத்துக்கொள்ள வில்லை. வலியப் பிடித்துக் கிண்டலடித்தார்.

“என்ன சார் ஒங்க இந்தி என்ன சொல்லுது.”

“மத்தவாளுக்கு வேற வேல இல்லையான்னு கேக்கச் சொல்றது.”

“ரங்கராஜன் சாரோட பேசுறதவிட வேற முக்கியமான வேல இல்லன்னு அதுக்குத் தெரியாதா.”

அதுதான் பாண்டியன்.

இதுக்கெல்லாம் அந்த ருக்மணிதான் காரணம். அவள் ரெம்ப அழகாகத் தோணினாள். அக்ரஹாரத்தில் தனித்துத் தெரிந்தாள். அதுவே மற்றவர்களை மறக்கிற அளவுக்குக் கண்ணை மறைத்தது.

காலையில் ஸ்கூலுக்கு வரும்போது அவள் மேனி ஒளி சிதறும். தலைகுனிந்து ஸ்டைலாக நடப்பாள். பூக்னம் தாங்காமல் முடிப்பின்னல் தொடைக்கு இறங்கி வருவதுபோல் தெரியும். நடைக் குழைவும் பிருஷ்ட அசைவும் மனசுக்குள் லெஸ்ஸிம் விளையாடிக் குலுங்கும். ரூமைக் கடந்து கிரவுண்டு ரோட்டில் திரும்பும்வரை வைத்த கண் வாங்காமல் பார்த்துக்கொண்டே இருக்கத் தோணும்.

சொல்லப்போனால் அவளை எதிர்பார்த்துத் திருணையில் உட்காருவது வழக்கமாகிவிட்டது. ஆரம்பத்தில் தொற்றியிருந்த கொஞ்ச நஞ்ச கூச்சங்கூட போகப் போக உதிர்ந்துபோனது.

அவரைக் கவனித்த தமிழய்யாவுக்கு உள்ளூரச் சந்தோசம். எப்படியோ ஒரு நல்ல வழி பிறந்தால் சரியென்று ஆறுதலடைந்தார். அவரைக் கண்டுகொள்ளாதவர்போல் நடந்துகொண்டார். ருக்மணியைப் பற்றிப் பேசினால் பொறுமையாகக் கேட்டார்.

ரங்கராஜன் சில நாளாக தனியே குளிக்கப் போனார். எல்லாருக்கும் முந்தி எழுந்து கால் தெப்பக்குளத்துக்கு நடந்தது. அவர் புறப்படும்போது போர்வையை விலக்கிக்கொண்டு பார்ப்பார் தமிழய்யா. சிவப்பு ரப்பர் வளையமாக வாய் விரியும். பிறகு இழுத்துப் போர்த்திக்கொள்வார். பாண்டியனோ விரிப்புடன் கோவித்துக் கொண்ட தோரணையில் உருண்டு கிடப்பார்.

தெப்பக்குளத்தில் ருக்மணி பெண்கள் பக்கம் குளிப்பாள். அவர் இந்தப் பக்கம் முங்கியெழுந்து அவளையே பார்ப்பார். அவள் பார்க்க மாட்டாள். அருகிலுள்ளவர்களைக் கவனித்துவிட்டு அவர் மீண்டும் முங்குவார். உள்ளிருந்து ஆசைகளை அள்ளிக்கொண்டு எழுவார்.

அவள் குளித்து முடித்து ஈரச் சேலையை மார்பிலும் இடுப்பிலும் இறுகக் கட்டி நீரூற்றிய சீசாவாகக் கிளம்புவாள். அவர் போகும்வரை அந்தத் திசைக்குத் திரும்பி உடம்பு தேய்ப்பார்.

ஒரே அழுக்குத் துண்டுடன் குளிக்கப் பிடிக்கவில்லை. புதுசாக ரெண்டு வாங்கினார். பாண்டியனுக்குக் குறும்பு.

"சார் புதுத் துண்டு போட்டு ஜம்னு குளிச்சிட்டு வாறீக. எங்களோட தோதுப்படலயா."

"நீங்க நன்னா தூங்கினேள். தூக்கத்தக் கலைக்க வேண்டாம்னு போயிட்டென்."

"நீங்க வுட்டுட்டுப் போயிட்டீகன்னு தமிழய்யாவுக்கு எவ்வளவு வருத்தம் தெரியுமா. ரெண்டு தடவ வெத்தல போடலன்னா பாத்துக்கங்களேன்."

தமிழய்யா குறுக்கிட்டார்.

"ஒங்களுக்கு நேரத்தோட குளிக்க முடியலன்னா சாமி என்ன செய்வாரு. தோது இருந்தா நீங்களும் அப்படித்தான். நான் அனாதையா இருப்பென்."

"ஒங்கள நான் தவிக்க வுடுவனா. வானமே இடிஞ்சாலும் நான் ஒங்களோடதான் இருப்பென். கவலையே வேணாம். ரங்கராஜன் சாரப் போலன்னு நெனச்சீகளா."

தமிழய்யா ரங்கராஜனிடம் திரும்பினார்.

"என்ன சாமி பாண்டியன் இப்படிச் சொல்றாரு."

"நான் மத்தவாளப்போல சினிமாவுக்குப் போகலயே."

பாண்டியன் வழக்குப் பேசினார்.

"நான் யாருட்டயும் சொல்லாமக் கொள்ளாம ஒளிஞ்சுக்கிட்டா போறென். ஒண்ணுக்கு மூணு தடவ தமிழய்யாட்ட அனுமதி வாங்கீட்டுப் போறென். மத்தவங்கள வலியக் கூப்புட்டும் வரலன்னா அதுக்கு நானா பொறுப்பு."

"அங்க நடக்கிற சினிமா அத்தனையும் ரூம்ல நடக்கறச்சே அவ்ளோ தூரம் போயிப் பாக்கணுமாக்கும்."

தமிழய்யா வழக்கில் கொஞ்சம் சுண்ணாம்பு தடவினார்.

"பாண்டியன் செய்ற கலைச் சேவைக்கு இப்படியொரு சோதனையா."

பாண்டியனுக்குத் தன்மானம் பொங்கியது.

"நான் செய்ற சேவையோட அருமை ஒங்களுக்குத் தெரியிது. அது போதும் எனக்கு. அடுத்தவங்களப் பத்திக் கவலையில்ல. கலைச் சேவைன்னா என்ன தெரியுமா. நடக்கிறதப் பத்தி நாலு பேருக்கு வெளக்கிச் சொல்லணும். அடுத்தவுக மனசுல பதியவைக்கணும்."

"இவா சொல்ற கதையக் கேக்கறச்சே மனசில பதியவா செய்யறது. பத்திண்டு எரியறது."

"நல்ல சமாச்சாரம் நமக்கு எப்பத்தான் புடிச்சது."

"நல்ல சமாச்சாரமா அது. கர்மம் கர்மம் கேக்கறச்சயே சகிக்கல. பாத்தா கேக்கவா வேணும்."

தமிழய்யா பாண்டியனிடம் கேட்டார்.

"சாமி சொல்றது உண்மதானா பாண்டியன்."

"உண்மையப் பத்தி யாரு பேசுறதுன்னு ஒரு வெவஸ்தையில்லாமப் போச்சு."

ரங்கராஜனுக்குப் பொறுக்க முடியவில்லை.

"அதத்தான் நானும் சொல்றென்."

"மகாலிங்கபுரத்துல நடக்கிற கத அவ்வளவையும் மறக்காம வந்து சொல்றனே அதுதான் உண்மையான ரசிகனுக்கு அடையாளம். இங்க நடக்கிறத இவுக ஒளிக்காமச் சொல்லுவாகளா. இல்ல சொல்லுவாகளான்னு கேக்கிறென்."

தமிழய்யா ரங்கராஜனிடம் ஆதங்கப்பட்டார்.

“பாண்டியன் இப்படிக் கேட்டுப்புட்டாரே சாமி.”

ரங்கராஜன் யோசித்தார். கதை இப்படியே போனால் பாண்டியனிடம் தப்பிக்க முடியாது. ஒரு முடிவுக்கு வந்தார்.

“எதுக்கு வம்பு. பாண்டியன்கிட்ட மாட்டிண்டு நம்ம பிராணன் போயிடும்.”

பாண்டியன் கையுயர்த்தி முழங்கினார்.

“ரங்கராஜசிம்மனை வென்று வைகுண்டம் அனுப்பிய பாண்டிய மன்னன் வாழ்க. எமது வெற்றியைப் புகழ்ந்து அவைப் புலவர் பரணி பாடட்டும்.”

தமிழய்யா பவ்வியமாகச் சொன்னார்.

“அப்படியே ஆகட்டும் மன்னா.”

ரங்கராஜன் முணுமுணுத்தார்.

“ஜாடிக்கேத்த மூடி.”

தமிழய்யா தங்குதடையின்றிக் கவிமழை பொழிந்தார்.

“சாரல்குள நீர்கிழித்து சந்தநடை பயிலும்

நாரைக்குழாம் மீனெடுத்து நமட்டுகின்ற வேளை

பாறைக்குளம் போர்க்களத்தில் படைகளின்றிப் பொருது

வீரத்திலே வைகுண்ட வேந்தனையும் வென்று

மங்காத புகழ்படைத்த மன்னவனே உன்னை

தென்காசிப் புலவனிங்கே செப்புகிறேன் வாழி.”

பாண்டியனின் எக்காளச் சிரிப்பு விண்ணை முட்டியது.

“இதுவல்லவா கவிதை. பொருள் பொதிந்த கவிதை. யாரங்கே, கொண்டுவா கும்பகோணம் வெற்றிலையை.”

தமிழய்யாவிடம் என்ன அவையடக்கம். ரங்கராஜன் பொருமினார்.

“ரெண்டு பேரும் என்ன மேலருக்கற வைகுண்டத்துக்கே கொண்டுபோயிச் சேத்திருவேள்.”

அதிலிருந்து மூணு பேரும் சேர்ந்தே குளிக்கப் போனார்கள்.

வார லீவு வந்தால் முதல் நாள் சாயங்காலமே ரங்கராஜனுக்குக் கால் நிலைகொள்ளாது. சுத்தாரிப்பாக ஊருக்குக் கிளம்பிவிடுவார்.

திருநெல்வேலி பஸ்ஸைப் பிடித்தால் ராத்திரிச் சாப்பாட்டுக்கு ஸ்ரீவைகுண்டம் போய்விடலாம்.

ருக்மணியும் வாரந்தோறும் ஊருக்குப் போவாள். ரெண்டு பேரும் ஒரே பஸ்ஸில் புறப்படுவார்கள். பஸ் கிளம்பும்போது ஹோட்டல் வாசலில் கையசைத்தபடி பாண்டியன் நிற்பார். அருகில் தமிழய்யா. கல்லாவில் குழந்தைச்சாமி.

பஸ்ஸில் ருக்மணியைப் பார்ப்பதற்குத் தோதாக உட்கார்ந்து கொண்டு அசைவதில் ரங்கராஜனுக்குச் சந்தோசம். போகிற வழியில் தோட்டத்துக்குள் திரியும் கிருஷ்ணசாமியின் மண்வெட்டி சில சமயம் ஓங்கி வழியனுப்புவதுமுண்டு.

மகாலிங்கபுரத்தில் பஸ் கொஞ்சநேரம் நிற்கும். ருக்மணியிடம் சென்று ஏதாவது வாங்கி வரணுமா என்று கேட்கணும்போலிருக்கும். அந்த எண்ணம் மனசைக் குடைந்து முடிவுக்கு வருமுன் பஸ் நகர்ந்துவிடும்.

சீக்கிரத்தில் திருநெல்வேலி வந்துவிட்ட மாதிரி இருக்கும். ரெண்டு பேரும் இறங்குவார்கள். அவர் தயங்கித் தயாராகுமுன் அவள் தன் பஸ்ஸுக்கு நடந்துவிடுவாள். அவர் தவிப்பை அடக்கிக்கொண்டு ஸ்ரீவைகுண்டம் பஸ்ஸைத் தேடுவார்.

ஊர் போய்ச் சேரும்வரை உளைச்சலாக இருக்கும். ஸ்கூலில்தான் பேசச் சந்தர்ப்பம் இல்லையென்றால் இங்கேயாவது ஒரு வார்த்தை பேசலாமில்லையா. அதுக்கு வெட்கமா. அப்படியும் தெரியவில்லை. ஹெட் மாஸ்டருக்கு முன்னால் மட்டும் உட்கார்ந்து எப்படிப் பேச முடிகிறது. அப்படி என்னதான் பேசுவார்களோ. கூப்பிட்டுக் கண்டிக்கணும்போல் உறுத்தும். கண்டிப்பதற்கு என்ன உரிமை இருக்கிறது. ஏன் இப்படியெல்லாம் அவள் மேல் அக்கறை கூடுகிறது.

அவளை எப்படிப் புரிந்துகொள்வது. யாரிடம் கேட்டுத் தெரிந்துகொள்வது. மற்றவர்களிடம் பேசக்கூடிய பேச்சா இது. வையாபுரியிடம் கேட்டால் அவ்வளவுதான். ஸ்கூலில் மணியடித்த மாதிரி எல்லாருக்கும் தெரிவித்துவிடுவான். கேவலத்துக்குச் சொல்லவே வேண்டாம்.

வீட்டில் லீவு சதா ருக்மணியின் நினைவிலேயே கழியும். அவளுக்காக பாண்டியனிடம் சண்டையிட்ட கதையைத் தங்கையிடம் சொல்லிச் சந்தோசப்படுவார். அவர் முகத்தில் புதுக் களை ஏறியிருப்பதைக் கவனிக்கும் அம்மாவுக்குக் கற்பனைகள் விரியும். போகிற போக்கில் சொல்லுவாள்.

“ஏண்டா சண்டையை நிறுத்திண்டு சாப்பிட வரலாமே.”

எல்லாவற்றையும் அம்மாவிடம் கொட்டித் தீர்க்கணும் போலிருக்கும். ருக்மணியிடம் ஒரு சந்தர்ப்பத்திலாவது பேசி அவள் மனசைத் தெரிந்துகொள்ளாமல் எப்படிச் சொல்லுவது. ஆர்வத்தை அடக்கிக்கொள்வார்.

ஸ்கூலுக்குத் திரும்பும்போதுகூட அவரது கண்கள் திருநெல்வேலி பஸ்டாண்டில் ருக்மணியைத் தேடும். சில நாள் காத்திருந்தும் பார்ப்பார். ஏமாந்து சோர்வில் பஸ்ஸைப் பிடிப்பார்.

ரூமுக்கு வந்ததும் பாண்டியனிடம் தப்பிக்க முடியாது.

"அண்ணைக்கிருந்த சுதாரிப்பு இண்ணைக்கில்லையே. தனியா வர கஸ்டமாருந்துச்சா."

"நான் ஒண்ணும் தனியா வரலயே. நெறைய ஜனங்களோட தான் வந்தென்."

"டிரைவர் கண்டக்டரச் சேத்துக்கிட்டீகளா."

"அவா இல்லாத பஸ்ஸா."

"அப்ப ஒரு டிக்கட் மட்டும் கொறஞ்சதாக்கும்."

"அவாளக் கேக்கலயே."

"வராதவுகளவா."

ரங்கராஜன் தலையிலடித்துக்கொள்வார். தமிழய்யாவின் கன்னங்கள் வெற்றிலைக் குதப்பலில் சிரிக்கத் திணறும்.

# 5

மதியம் முதல் பீரியடு எட்டாம் வகுப்புக்கு டிரில். பாண்டியன் பரிவாரங்களுடன் ஸ்கூலுக்குப் பின்னால் சிவன் கோயிலுக்கு நடந்தார். தற்செயலாகப் பார்த்த கிராப்ட் வாத்தியார் கேட்டார்.

"பாண்டியன் இண்ணைக்கு டிரில் கோயில் கிரவுண்டுலயா."

"ஆனானப்பட்ட சிவனே பெரிய டிரில் மாஸ்டர்தான் சார். அவரு செய்யாற எக்சசைஸா நம்ம சொல்லிக்குடுத்துறப் போறொம்."

"சிவன ஏன் சார் வம்புக்கு இழுக்கீங்க."

"இதுலென்ன வம்பு சார். உண்மையத்தான் சொன்னென்."

கிராப்டுக்கு சட்டென்று எதுவும் பிடிபடவில்லை. உண்மையா. யோசனையில் அண்ணாந்தார். பாண்டியனுக்குப் புரிந்துவிட்டது.

"சும்மா ஓயரப் பாத்தா எப்படி. ஒரு சிட்டிக பொடிய ஏத்திக்கங்க. கைலாசத்துல நடக்கிற கதையெல்லாம் அப்படியே கண்ணுக்கு முன்னால தெரியும்."

கிராப்ட் கொஞ்ச நேரம் கற்பனையில் லயித்துத்தான் போனார். படக்கென்று தலையை உதறிக்கொண்டு பாண்டியனைப் பார்க்கும்போது "என்ன டிரில் நல்லாருந்துச்சா" என்று கண் சிமிட்டினார். கிராப்டுக்கு வெட்கமாகப் போயிற்று.

"நீங்க பேச்சுல பாண்டிய மன்னனாச்சே."

அப்படியே நழுவிவிட்டார்.

பையன்கள் நெருஞ்சிச் செடிகளை அப்புறப்படுத்திக்கொண்டும் காலில் தைத்த முள்ளைப் பிடுங்கிக்கொண்டும் மெல்ல மெல்ல

கோயில் மண்டபத்தை அடைந்தார்கள். ஜூனியர் மராத்தான் மர ஸ்டூலை காவடி எடுத்தபடி கடைசியில் போய்ச் சேர்ந்தான்.

சிவன்கோயில் ஆளரவமற்று எப்போதும் அமைதியாக இருக்கும். நீளவாக்கில் கல் மண்டபம். கோயிலுக்கு முன்னால் சின்ன நந்தி. அடக்கமான கர்ப்பக்கிரஹம். நடுவில் சிவலிங்கம்.

மண்டபத்தில் எல்லாரும் உட்கார்ந்தபின் சுற்றிலும் தோரணை யாகப் பார்த்தார் பாண்டியன்.

"அரண்களைத் தகர்த்துக்கொண்டு நமது படைகள்அனைத்தும் வந்து நிலைகொண்டுவிட்டனவா. மந்திரியே பேரேட்டைக் கொண்டு வாரும்."

தனிக் கூட்டமாக உட்கார்ந்திருந்து பெண்கள் குசுகுசுத்துக் கொண்டு சிரித்தார்கள். ஜூனியர் மராத்தான் அட்டெண்டன்ஸ் ரிஜிஸ்டரைக் கொண்டுவந்து கொடுத்தான். அவர் பேர் வாசிக்கத் தொடங்கினார். பையன்கள் மாறி மாறி ஆஜர் சொன்னார்கள்.

"இருக்கிறேன் அய்யா."

"உள்ளேன் அய்யா."

அவர் பொய்யாகக் கோவித்துக்கொண்டார்.

"உக்காருடா. மண்டையுந் தலையும் ஒண்ணுதான்."

மூலையிலிருந்து ஒருவன் முணுமுணுத்தான்.

"எல்லாருக்கும் தெரியுமா எரும மாட்டு முட்ட."

அவர் மூலைக்கு முறைப்பை எய்தார்.

"என்னடா அங்க சதியாலோசன."

பையன் அப்பிராணியாகச் சொன்னான்.

"ஒண்ணுமில்ல சார். எறும்பு முட்டையிட்ருக்கு."

"எறும்பென்ன குட்டியா போடும். பெரிய ஆர்க்கிமிடிசு. புதுசா தத்துவத்தக் கண்டுபுடிச்சிட்டாரு. யுரேகா யுரேகான்னு ஓடுறயா."

ஒரு பையனுக்குச் சந்தேகம். பக்கத்திலிருந்தவனின் காதைக் கடித்தான்.

"யுரேகான்னா என்ன."

அவரிடமிருந்து அரட்டல் வந்தது.

"இனியும் அங்கென்ன முணுமுணுப்பு குட்டிபோட்ட நாயி மாதிரி."

"யுரேகான்னா என்னன்னு சந்தேகம் கேக்கான் சார்."

"அப்படின்னா சொரக்கான்னு அர்த்தம். கூட்டுவச்சா ஒரு சட்டி திங்கத் தெரியுமில்ல."

"அவரு எப்படி ஓடுனாரு சார்."

"இப்பச் சந்தர்ப்பம் சரியில்ல. ஒரு நாளைக்கு ஒன்ன ஓடவச்சுக் காட்றென். அப்பத் தெரியும்."

இப்படி அன்னியோன்னியமான வேடிக்கைப் பேச்சுக்களில் ஆரம்பித்துத்தான் விஷயத்துக்கு வருவார் பாண்டியன். அது பையன்களுக்கும் தெரியும்.

பீரியடு சிவன்கோயிலில் நடக்கிறதென்றால் சமாச்சாரமே வேறு. டிரில்லைத் தவிர வேறு எதையெதையோ அலசுவார். வெள்ளைக் காரன் ஆட்சி விடுதலைப் போராட்டம் தேர்தல் என்று வண்டி ஓடும். கடைசிக்கு டிரில்லையும் தொட்டுக்கொள்வார்.

சில நாள் நீதி போதனை பீரியடைக்கூட கேட்டு வாங்கி அவரே நடத்துவார். எதையாவது ஒளித்து வைத்து தேடச் சொல்லி அப்படியே பையன்களை மாமரத்துக்குக் கடத்திக்கொண்டு போய்விடுவார். மரத்தடியில் அமைதியான சூழலில் போதனை நடக்கும்.

அண்ணாதுரையின் கடிதங்களடங்கிய புஸ்தகத்தை உரக்கப் படிப்பான் ஒரு பையன். மற்றவர்கள் பொறுமையாகக் கேட்பார்கள். வாசிப்பு முடிந்ததும் அதிலுள்ள கருத்துகளையும் குட்டிக் கதைகளையும் விளக்கிச் சொல்லுவார். அண்ணாதுரை கூட்டத்தில் பேசிக் கொண்டிருக்கும்போது மூக்குப் பொடியை உறிஞ்சும் விதத்தைச் சிலாகிப்பார்.

சில சமயம் பெரியாரின் வெங்காயப் பேச்சுகளை எடுத்து விடுவார். தமிழனை அவர் ஏன் காட்டுமிராண்டி என்று சொன்னார் என்பதற்குப் பல உதாரணங்களைச் சொல்லுவார். "யாமறிந்த மொழிகளிலே தமிழ்மொழிபோல்..." என்று ஆரம்பித்து பாரதி யாரைப் பாராட்டுவார்.

பீரியடு முடியும்போது பாரதிதாசன் கவிதையை கை உயர்த்தி கணீரென்று முழங்குவார்.

"எங்கள் வாழ்வும் எங்கள் வளமும்
மங்காத தமிழென்று சங்கே முழங்கு."

அதே வேகத்தில் பையன்களும் குரலெழுப்பிச் சொல்லுவார்கள். எல்லாரும் ஸ்கூலுக்குத் திரும்பும்போது மழை வெறித்தது போலிருக்கும்.

கோயில் மண்டபத் தூணோரம் மண்ணைக் கிளறிக்கொண்டிருந்த ஒருவனைப் பிடித்துக்கொண்டார் அவர்.

"எறும்பு முட்டையை எண்ணி முடிச்சாச்சா. நம்ம அதுக்குத் தாண்டா லாயக்கு. எறும்புக்கிருக்கிற ஒத்துமையும் ரோசமும் நமக்கிருந்தா எப்பயோ முன்னேறியிருப்பொம். வாய்க்குள்ள மொழையாற மொழியெல்லாம் படிச்சுத் தொலைக்கணும்னு தலையெழுத்தா நமக்கு. அது எவண்டா நாய் வாந்தியெடுத்த மாதிரி வெளிய வந்து இந்திய ஒளறிக்கிட்டுத் திரியிறது."

பையன்கள் நானில்லை நீயில்லை என்று கையை விரித்தார்கள். அவர் ஒரு விரலால் எச்சரித்தார்.

"எவனவாச்சும் பாத்தென் அம்புட்டுத்தான். சாய்ந்தர வரைக்கு மேல கம்பியப் புடிச்சுத் தொங்க வச்சிருவென்."

"இனிமே ஆரும் பேசினா நேர ஒங்ககிட்ட வந்து சொல்லீறொம் சார்."

"எல்லாம் தனக்கா அறிவு வரணுண்டா. தாய் மொழின்னா என்ன."

"தாய் சொல்லிக்குடுக்கிற மொழி."

"தாய்மொழியுஞ் சரி தாய்ப்பாலுஞ் சரி. அப்ப மத்த மொழி என்னது."

பெண்கள் பக்கமிருந்து குரல் வந்தது.

"மத்த மொழியெல்லாம் புட்டிப் பால்."

"சரியாச் சொன்ன. தாய்ப் பால் குடிச்சு வளர்ற வீரியமே தனி. புட்டிப் பால் குடிக்கிற புள்ளையப் பாத்துருக்கீகளா."

இப்போதும் ஒரு பெண்தான் சொன்னாள்.

"வகுறுவச்சு சவலப்புள்ள மாதிரி இருக்கும்."

"அப்படித்தான் நம்ம எல்லாரவும் சவலையாக்கணும்னு திட்டம் போடுறாக. கண்ணுக்குத் தெரிஞ்சே நடக்கிற அநியாயத்த நம்ம தட்டிக் கேக்கணும். எதுத்து நிக்கணும். இப்படியே வுட்டா நம்ம தலையில மொளகாய அரச்சிருவான். கடசிக்கு தாய் தகப்பனவே இந்தி படிக்கணும்னு சொல்லுவான். அவுக ஓட்டுப் போட்டதுக்குப்

புண்ணியம் தேடிக்கிற வேணாமா. நம்ம ஊருகள்ல வளந்து கெடக்கிற வேலிக்கருவ மரத்தப் பாத்தீகளா.”

ஒருவன் சொன்னான்.

“பள்ளிக்கூடத்துக்கு வாற வழியிலகூட அடச்சுக்கிட்டு நிக்கிது சார். ஒரு நா ஓடும்போது கண்ணுல முள்ளு ராவீருச்சு.”

“சீமக்கருவல சீமக்கருவலன்னு சொல்லி அதோட வெதைய வாங்கி தோட்டத்துல வேலிக்கு நட்டி வச்சாக. தோட்டத்து ஓரத்தையெல்லாம் அது உறிஞ்சிக்கிட்டு கொழுத்துப்போயி வளந்துரும். ஆக வெள்ளாம பல்ல இளிச்சிக்கிட்டு நிக்கும். வேலிக்கருவல பெருகிக்கிட்டு வாறதப் பாத்தா ஊருகளவே மேஞ்சிரும் போலருக்கு.”

“வெளியருந்து பாத்தா எங்க ஊரே தெரியல சார்.”

“அப்படித்தான் ஆகப்போகுது இந்தக் கதையும்.”

ஒருவன் யோசனை கேட்டான்.

“இந்தி டீச்சர் வகுப்புக்கு வந்தா நாங்க எல்லாரும் எந்திரிச்சு வெளிய வந்துறட்டுமா சார்.”

“அதுக்குக் காலம் வரத்தான் போகுது. அவசரப்படக் கூடாது. அத்தன வகுப்பும் வெளியேறி வாற அளவுக்கு நம்ம ஒத்துமை யாகணும். எல்லா எடத்துலயும் கொதிச்சுக்கிட்டுத்தான் இருக்காக. எண்ணைக்கு இது பெரிசா வெடிக்கப் போகுதோ தெரியல.”

எல்லாரும் அவரையே பார்த்துக்கொண்டிருந்தார்கள். அவர் கேட்டார்.

“நம்ம லேபரட்டரியில எலும்புக்கூட்டு மனுசன் இருக்காரே அவரு பேரு என்ன தெரியுமா.”

ஒரு பெண் சொன்னாள்.

“வேலாயுதம்.”

“கரெக்ட். எப்படித் தெரியும்.”

“கண்ணாடிக் கூண்டுக்குக் கீழ எழுதி ஒட்டியிருக்கு.”

“கெட்டிக்காரப் பொண்ணு. அவரு பல்லக் காட்டிக்கிட்டு அப்பிராணியா இருக்காரேன்னு பாத்தீகளா. அவரு பெரிய தியாகி யாக்கும்.”

எல்லாரும் ஆச்சரியத்தில் முழித்தார்கள்.

“எப்படி சார்.”

“ஒரு நா மெட்ராஸ்ல பெரிய கூட்டம் நடந்துருக்கு. டில்லியில ருந்து முக்கியமான மந்திரி பேசப்போற கூட்டம். சனங்க கணக்கில் லாம உக்காந்துருக்காக. நம்ம வேலாயுதமும் முன்னால இருக்காரு.”

“மந்திரி பேச்சக் கேக்கிறதுக்கு முண்டியடிச்சு எடம் புடிச்சிருக்காரு.”

“மந்திரி எந்திரிச்சு தோரணையா கூட்டத்தப் பாக்காரு. என்னமோ பெரிசா அள்ளிக் குடுத்துறப் போறாருன்னு சனங்களுக்கு ஆவல். மந்திரி நாலு வார்த்த இந்தியில பேச அத ஒருத்தன் தமிழ்ல எடுத்துச் சொல்ல பேச்சு ஆம வேகத்துல போகுது. வேலாயுதத்துக்குச் சப்புன்னு போச்சு. என்ன பேசுறாகன்னே சரியா புரிஞ்சுக்கிற முடியல. அவருக்குக் கோவம் வந்துருச்சு. எந்திரிச்சு டேய் எவண்டா மந்திரின்னு கத்த ஆரம்பிச்சிட்டாரு. கூட்டத்துல சின்னச் சலசலப்பு. பக்கத்துல இருந்தவுக அவரப் புடிச்சு இழுத்து உக்கார வச்சாக. அப்பயும் அவருக்குக் கோவந் தீரல. வடக்கருந்து பெரிசா பேச வந்துட்டான்னு முணுமுணுத்துக்கிட்டே உக்காருறாரு.”

“பெறகு கூட்டம் நல்லபடியா நடந்திருக்கும்.”

“பேச்சு பழையபடியே தொடங்குது. வேலாயுதத்துக்கு வெறிவந்துருச்சு. ஏண்டா டேய் தமிழ்ல பேசுடான்னு ஒரே கூச்சல். யாரு தடுத்தும் நிறுத்தல. போலீஸ்காரங்க வந்து இழுத்துக்கிட்டுப் போயி தனியா வச்சு கச்சேரி நடத்துறாக. அடி அடின்னு அடிச்சு நொறுக்குறாக. கூட்டத்துல பேச்சு மும்முரமா நடக்குது. இங்க அடி மும்முரமா நடக்குது.”

“அய்யோ பாவம்.”

“கூட்டம் முடியிறதுக்குள்ள அவரக் கொண்டுபோயி ஆஸ்பத்திரி யில கெடத்தீட்டாக பாவிக. ஆஸ்பத்திரியில சாப்பிடறதுக்கு என்னென்னமோ குடுத்தும் அவரு வாங்கமாட்டன்னுட்டாரு. வாயிலகூட திணிச்சுப் பாத்தும் முடியல. பட்னியாவே கெடந்து ஒடம்புல காயம் ஆறியும் ஆறாம உசிர மாச்சுக்கிட்டாரு. அவருக்குத் தாயி தகப்பன் பொண்டாட்டி புள்ளன்னு யாருங் கெடையாது. சொந்தம்னு இருந்ததெல்லாம் அவரோட ரிக்ஷா ஒண்ணுதான். அப்பேர்ப்பட்ட ரோசக்கார மனுசன் நாதியில்லாம எலும்புக்கூடா நம்ம ஸ்கூலுக்கு வந்து சேந்துட்டாரு.”

எல்லாரும் சோகமாக பாண்டியனையே கவனித்துக்கொண்டி ருந்தார்கள். ஜூனியர் மராத்தான் சொன்னான்.

“அந்த மனுசன் என்ன சார் தப்புச் செஞ்சாரு.”

“அதத்தான் அவரு போலீஸ்காரங்ககிட்டக் கேட்டாரு. யாரோ தூண்டிவுட்டு கூட்டம் நடக்காமச் செய்றதுக்குச் சதிபண்ணீருக்க.

அது யாருன்னு சொல்லு சொல்லுன்னு அவரப் போட்டு அடிச்சி ருக்காக. மந்திரிதான் தூண்டிவுட்டாருன்னு அவரு சொல்ல போலீஸ்காரங்களுக்குக் கோவந் தாங்கல. இனியும் மொரட்டுத் தனமா அடி கெடச்சது. அவரு அடியெல்லாம் வாங்கிக்கிட்டு கடைசியா ஒரு கேள்வி கேட்டாரு. நம்ம ஊருக்காரன் வடநாட்ல போயி தமிழ்ல பேசுனா அத இந்தியில எவனாச்சும் எடுத்துச் சொல்லுவானா. இதுதான் கேள்வி. ஒருத்தங்கூட வாய் தொறக்கலயே."

பாண்டியனுக்கு இப்போது டிரில் ஞாபகம் வந்தது.

"பொண்ணுக தனியாப் போயி வெளையாடுங்க. பையங்க வரிசையில நில்லு."

பையன்களை ஒவ்வொருவராக ஸ்டூல்மேல் ஏற்றி மண்டபத்துக் கம்பியில் புல்லப்ஸ் எடுக்கச் சொல்லிக்கொடுத்தார். திணறுகிறவர் களின் காலைப் பிடித்துத் தாங்கி உதவினார்.

"தீத்தம் சார் கடையில இண்ணைக்கு மொச்சப் பயறு வாங்கித் திங்கலயா. எந் தோளுமேல கொஞ்ச நேரம் உக்காந்து தவிப்பாறிக் கிறயா."

ஸ்கூல் மணியடித்தது. பாக்கியிருந்த பையன்களுக்கு உள்ளூரச் சந்தோசம்.

"வையாபுரி கூப்புட்டுட்டானா. போங்க போங்க. மிச்சத்தப் பெறகு வச்சுக்கிறலாம்."

படைகள் ஸ்கூலுக்குத் திரும்ப ஆரம்பித்தன.

இவ்வளவு நேரமும் கையைப் பிசைந்தபடி தவித்துக்கொண்டிருந்த கிருஷ்ணசாமி ஓடிவந்து பாண்டியனை வரவேற்றார்.

"சார் வாங்க வாங்க. ஒங்களப் பாக்கிறவரைக்கும் காலும் ஓடல. கையும் ஓடல."

"அப்படியென்ன சங்கடம் சார். அவசரம்னா கோயிலுக்கு வந்திருக்கலாமில்ல."

"அங்க என்னென்னமோ பாடம் நடத்துவீக. அத வந்து கெடுத்தா மொறையில்ல."

"என்னாச்சு சார்."

கிருஷ்ணசாமிக்கு இன்னும் படபடப்பு அடங்கவில்லை.

"தோட்டத்துல பம்ப்செட்டு ஓடல."

"வயர்மேன் என்ன ஆனான்."

“அவன் பையத் தூக்கீட்டு எந்த ஊருக்குப் போயிருக்கானோ.”

“கொழந்த சார் கடையில அவன் ஒங்க கணக்குல தின்னதுக்காச்சும் கரண்டு வுடணுமே.”

“தின்னிப் பய வரட்டும் வச்சுக்கிறென். எளம் பயிருக்குக் காலத்துல தண்ணிவுடலன்னா என்னாகும் சார். அறிவு வேணாமா. கரண்டு வரலன்னா கமல எறச்சாவது நெலத்த நனைக்கணும். தண்ணி பாச்சுறதுக்கு ஒருத்தனப் புடிக்கணும்.”

“நான் வரட்டுமா சார்.”

“நீங்களா. மம்பட்டியக் கையில புடிச்சதும் வெளையாட்டு நெனப்பு வந்துருமே. பெறகு எம் பெழப்பு அம்புட்டுத்தான்.”

“சம்பளம் காபி வட காய்கறி எதும் கேக்கமாட்டென்.”

“அப்பயும் கூப்புடமாட்டென்.”

“ஏன் ஜூனியரக் கூட்டிக்கிற வேண்டியதுதான.”

“ஸ்கூல் நேரத்துல அவனக் கெடுக்கிறது தப்பு. அவன கெதி உள்ள மட்டும் படிக்க வைக்கணும்னு ஆச. நம்மதான் இப்படின்னா அவனாச்சும் நல்ல நெலமைக்குப் போகட்டும்.”

“நீங்க பயப்படாமப் போங்க சார். நான் ஒங்க வகுப்பக் கவனிச் சுக்கிறென். ஆளுல்லாமயே ஆறாம் வகுப்பு நடக்கலயா.”

கிருஷ்ணசாமிக்கு நிம்மதி.

“அது போதும் சார் எனக்கு.”

“வேலைக்கு ஆளு கெடைக்கலன்னா நான் இருக்கென். மறந்து றாதங்க.”

“ரெண்டு வேலையவும் நான் சேத்துப் பாத்தாலும் பாப்பனே யொழிய ஒங்களத் தேடி வரமாட்டென்.”

கிருஷ்ணசாமி கடகடவென்று தண்ணீரைக் குடித்துவிட்டு மராத்தான் நடையில் மறைந்துவிட்டார்.

# 6

ஒரு மாதமாயிற்று. ஆறாம் வகுப்புக்கு ராஜேஸ்வரி வந்து சேர்ந்தாள். ஸ்கூலில் ரெண்டு பெண் டீச்சராயிற்று.

பாண்டியன் ரங்கராஜனிடம் சொன்னார்.

“சார் இனிமே கவலைய வுடுங்க. தொணைக்கு ஆளு வந்துருச்சு.”

ரங்கராஜன் வெடுக்கென்று கேட்டார்.

“யாருக்குத் தொணையா.”

“இந்தி டீச்சரு தனியா தவிச்சிக்கிட்ருக்குதுல்ல.”

“அப்படின்னு சொல்றேளா.”

“பேச்சுத் தொணைக்குக்கூட ஒருத்தரு இல்லன்னா மனசுக்கு என்னமோ போலதான் இருக்கும்.”

“கஷ்டமாருக்கறதுன்னு யாரும் ஒங்ககிட்டச் சொன்னாளா.”

“சொந்த அனுபவம் பேசுது சார். நீங்களும் தமிழய்யாவும் ஊருக்குப் போயிட்டா நான் என்ன கஸ்டப்படுவென் தெரியுமா.”

“ஒண்ணு செய்யலாம் பாண்டியன். ஆபீஸவே டீச்சர்ஸ் ரூமாக்கிண்டா கவலையே இல்ல.”

“இந்தி டீச்சர அங்கருந்து எப்படா கௌப்பலாம்னு நெனச்சுக் கிட்ருக்கென். நீங்க என்னடான்னா மாத்துக் கத போடுறீக. இந்தச் சாக்குலயாச்சும் கௌப்பியாகணும்.”

“அதுல ஒங்களுக்கென்ன சந்தோஷம்.”

“யாராச்சும் ஒருத்தருக்குச் சந்தோசமில்லாமப் போகாது.”

இவ்வளவு நேரமும் அவர்களது பேச்சைக் கவனித்துக்கொண்டிருந்த தமிழய்யா சுருங்கச் சொன்னார்.

“முயற்சி திருவினையாக்கும்.”

பாண்டியன் வையாபுரியைக் கூப்பிட்டு திட்டத்தை விளக்கினார்.

“டீச்சர்ஸ் ரூம்ல தட்டி மறச்சு அங்க ரெண்டு டீச்சருக்கும் எடம் ஒதுக்கீரு. தட்டிக்குக் காசு குடுத்துறென்.”

வையாபுரி திகைத்தான்.

“சார் அது...”

“என்னவே முழிக்க.”

“எட் மாஸ்டருட்ட ஒரு வார்த்த கேக்கணும் சார்.”

“வேய் இதுக்கென்ன அவரக் கேக்க வேண்டியிருக்கு. குடியமத்தியா வைக்கப்போற.”

“நீங்க சொல்றதும் சரிதான் சார். ஆனா எந்த வெசயத்துல கேக்கலன்னாலும் இதுல கேட்டுத்தான் ஆகணும். இல்ல நான் குடியிருக்க முடியாது.”

“இதுக்கு முந்தி இங்க பொம்பள டீச்சரே வேல பாத்ததில்லையா.”

“இருந்தாக.”

“அவுக எங்க உக்காந்துருந்தாக.”

“டீச்சர்ஸ் ரூம்ல ஒரு ஓரமா இருப்பாக.”

“இப்ப மட்டும் புதுச் சட்டம் போட்ருக்கீகளாக்கும்.”

“அப்ப இருந்தது வேற தலைவராச்சே.”

“ஸ்கூலா நடத்துறீக.”

ரங்கராஜன் சொன்னார்.

“அது அவாளுக்குத்தான் வெளிச்சம்.”

இதுக்குமேல் இருந்தால் வம்பு என்று வையாபுரி கழன்றுவிட்டான்.

மதியம் ஹெட் மாஸ்டருக்கு விவகாரம் போனது. வையாபுரி நைசாக விஷயத்தைச் சொன்னான்.

“அய்யா ரெண்டு டீச்சரம்மாவுக்கும் டீச்சர்ஸ் ரூம்ல எடம் ஒதுக்கிக் குடுத்துறலாமா. தொணைக்குத் தொணையா இருந்துக் கிறட்டும்.”

அவர் நெற்றிக் கண்ணைத் திறந்தார்.

“அங்க மத்தவங்களுக்கே எடம் பத்தாது. இவங்களும் போனா எல்லாருக்கும் கஷ்டமில்லையா. இந்த ஆபீஸுக்குள்ளேயே ஹெட் கிளார்க் டேபிள கொஞ்சம் நகத்திக்கிட்டு ரெண்டு சேர் போட்டுரு போதும்.”

“அப்படியே செஞ்சுருவம்யா.”

அவன் வெளியே வரும்போது ஹெட் கிளார்க் தலையைச் சொறிந்துகொண்டு செருமினார்.

அந்த வாரம் முழுக்க அவன் பாண்டியனிடமும் ரங்கராஜனிடமும் அகப்படாமல் எச்சரிக்கையாக இருந்தான்.

ராஜேஸ்வரி பஸ்டாண்டுத் தெருவில் அம்மாவுடன் குடியேறினாள். அவளுடைய அப்பா அருப்புக்கோட்டையில் தம்பி தங்கச்சிக்குத் துணையாக இருந்தார். சொந்தத்தில் தறி ஓடியதால் அதைக் கவனித்துக்கொள்ளவேண்டிய பொறுப்பும் அவருக்கிருந்தது.

ராஜேஸ்வரி ஸ்கூலுக்கு வரும்போது நாலஞ்சு நாள் அம்மாவும் துணைக்கு கிரவுண்டுவரை வந்தது. ராஜேஸ்வரி ரோட்டுத் திருப்பத்தில் அக்ரஹார முனைக்கு வராமல் கிரவுண்டில் குறுக்காக நடப்பாள். இதைக் கவனித்த பாண்டியன் ரங்கராஜனிடம் சொன்னார்.

“டீச்சரென்ன சின்னப் பொண்ணா சார். அதோட அம்மா வகுப்புக்குள்ள காத்திருந்து கூட்டீட்டுப் போகும் போலருக்கு.”

“அவாளுக்கு அப்படித் தோணறது. ஒருவேள ஒங்களக் கண்டு பயமோ.”

“என்னப் பாத்தா அப்படியா தெரியிது சார்.”

“நேக்குத் தோணல.”

“அப்படின்னா மத்தவுகளுக்குத் தோணுது.”

“அவாளத்தான் கேக்கணும்.”

“கேக்கத்தான் போறென்.”

“பேஷா கேளுங்கோ. அவா என்ன சொல்லுவா தெரியுமோ.”

“உண்மையச் சொல்லுவாக.”

“உண்மையென்ன தெரியுமோ.”

“என்ன.”

“அம்மாவும் பொண்ணும் ஒரு நாள் இந்த ரங்கராஜனக் கிட்டத்துல வச்சப் பாத்துட்டா.”

ரங்கராஜன் பலமாகச் சிரித்தார். பாண்டியனுக்கு என்னமோ போலாகிவிட்டது.

“நீங்க வில்லனாச்சே.”

“நான் எப்பவுமே வில்லன்தான் பாண்டியன்.”

“மொதல்ல இந்த எடத்தவுட்டுக் கெளம்புங்க.”

ரூமுக்குள் அறிதுயில் கொண்டிருந்த தமிழய்யாவை எழுப்பிக் கொண்டு ஹோட்டலுக்கு நடந்தார்கள்.

ஹெட் மாஸ்டரின் ரூம் இன்னும் கலகலப்பாக இருந்தது. அவர் என்னேரமும் ருக்மணியுடன் பேசிக்கொண்டிருந்தார். இதைப்பற்றி எல்லா வாத்தியார்களும் முணுமுணுத்தார்கள். டீச்சர்ஸ் ரூமில் அவ்வப்போது விவாதம் நடந்தது. சலித்துக்கொண்டார்கள். இந்த மணியை யார் பூனைக்குக் கட்டுவது.

ராஜேஸ்வரிக்கு தர்மசங்கடமாக இருந்தது. எவ்வளவு நேரந்தான் போட்டோக்களையே அண்ணாந்து பார்த்துக்கொண்டிருப்பது. இந்த ஹெட் மாஸ்டர் வகுப்புக்கே போகமாட்டாரா. எரிச்சலாக இருக்கும்.

அட்டெண்டர் அவளைப் பரிதாபமாகப் பார்ப்பார். ஹெட் கிளார்க் எதையுமே கண்டுகொள்ளாதது போல் கணக்குவழக்கில் மூழ்கியிருப்பார்.

ஹெட் மாஸ்டரைச் சந்திக்க வரும் வாத்தியார்கள் வையாபுரியைப் பார்வையால் துளைப்பார்கள். அவன் உதட்டைப் பிதுக்கி ஊமை பாஷையில் பதில் சொல்லியனுப்புவான்.

பாண்டியன் வெளிப்படையாகவே கேட்பார்.

“என்னவே அய்யாவப் பாக்கிறதுக்கு யாருட்ட அனுமதி வாங்கணும்.”

வையாபுரி அப்பிராணியாகப் பார்ப்பான்.

“சத்தியமா எங்கிட்ட வாங்கவேணாம் சார்.”

பாண்டியன் கோவத்தை அடக்கிக்கொள்வார்.

“தரிசனம் எப்பத்தான் கெடைக்கும்.”

“கொஞ்சம் இருங்க கேட்டுச் சொல்றென்.”

“வெளிய வா. இண்ணைக்கு வாலிபால் நீதான்.”

அவர் ராஜேஸ்வரியை ஆதங்கத்துடன் பார்த்துவிட்டு நடப்பார். இந்த டீச்சருக்கென்ன இப்படிக் கிடந்து தவிக்கணுமென்று தலையெழுத்தா. தனியாகச் சந்திக்கும்போது இதைக் கேட்கணும். இதுக்காகவாவது ஒரு தடவை சந்திக்கணும். சந்தர்ப்பம் கிடைக்காமலா போகும்.

தங்கச்சாமிமேல் ஆத்திரமாக இருக்கும். தமிழய்யாவிடம் கொட்டித்தீர்ப்பார்.

"இவருக்கென்ன சார் ஹெட் மாஸ்டர்மேல அக்கற. அவரு பாடத்தவும் சேத்து நடத்துறாரு. இவரு நடத்தலன்னா அவரு கிளாஸுக்குப் போவாருல்ல. ஒரு நாளைக்கு வசமா கேக்கத்தான் போறென்."

தமிழய்யா பக்குவமாகப் பேசிச் சாந்தப்படுத்துவார்.

"அவரச் சொல்லிக் குத்தமில்ல பாண்டியன். ஹெட் மாஸ்டருக்கு அடுத்த பொறுப்புல இருக்கிற மனுசன். பையங்கள அதோகதியா விட்ற முடியுமா."

"யாரும் வுடச் சொல்லலயே."

"அதனாலதான் மொகஞ் சுளிக்காம வகுப்புக்குப் போறாரு. நீங்க எந்த வகுப்புல வாத்தியாரு இல்லன்னாலும் சந்தோசமாப் போறீங்கல்ல. அதப் போலதான்."

"வாத்தியாரு இல்லன்னாத்தான போறென். இப்படியா உக்காத்தி வச்சு வேடிக்க பாக்கிறது."

"அதப்போல இதவும் நெனச்சுக்கிற வேண்டியதுதான். எல்லாரவும் அனுசரிச்சு குடும்பப் பாங்குல சமாளிச்சாத்தான் பள்ளிக்கூடத்த நல்லபடியா நடத்த முடியும். நம்மள நம்பி புள்ளைகள அனுப்புறாங்க. அந்த நம்பிக்கையக் கெடுத்துறக் கூடாது. என்ன சொல்றீங்க பாண்டியன்."

"நீங்கதான் வாய அடச்சிட்டீகளே. இனிச் சொல்றதுக்கு என்னருக்கு."

தமிழய்யா ரெண்டு வெற்றிலையை நீட்டுவார். பாண்டியன் அதைக் கோணல்மாணலாக மென்று நாக்கில் சிவப்பைத் தேடுவதில் கவனப்படுவார்.

அப்புறம் பேச்சு ஹிந்தித் திணிப்பு வேலையில்லாத் திண்டாட்டம் என்று விரியும். பாண்டியன் பேச்சாளராக அவதாரமெடுப்பார். சமீபத்தில் மகாலிங்கபுரத்தில் நடந்த அரசியல் கூட்டம் ரூம் திருணையில் நடக்கும். சிறப்புப் பேச்சாளரது கனல் தெறிக்கும் பேச்சை உணர்ச்சி குறையாமல் அதே பாணியில் தோள் குலுக்கி

முழங்கையசைத்து ஒலிபரப்புவார். தமிழய்யாவுக்கு ஒரு விதத்தில் சந்தோசமாக இருக்கும்.

"எல்லாப் பேச்சாளரும் பாண்டியனுக்குள்ள இருக்கயில பொதுக்கூட்டங்களுக்கு ஏன் போகணும்."

"சார் எண்ணைக்கிருந்தாலும் இந்த ஊருல நான் ஒரு பொதுக் கூட்டம் நடத்துறனா இல்லையான்னு பாருங்க. அதுக்கு நீங்கதான் தலமதாங்கப் போறீக."

"இப்ப நீதிபோதன வகுப்புல அதுதான நடக்குது. அத சந்திக்குக் கொண்டுவரப்போறீங்க. அவ்வளவுதான."

"கலகம் இல்லன்னா ஒலகம் இல்ல. இது பாண்டியனோட பொன்மொழி."

"கவலைய விடுங்க. ரெண்டு பேரும் சேந்தே ஜெயிலுக்குப் போவொம். ஒங்க புண்ணியத்துல ஓசிச் சோறு கெடைக்கும்."

"அந்தத் தியாகிப் பட்டம் எனக்குத்தான். ஒங்களுக்குக் கெடைக்க வுடமாட்டென்,"

"நாட்ல வேல வாங்குறதுக்குத்தான் போட்டின்னா ஜெயிலுக்குப் போறதுக்குமா."

"போட்டியில்ல சார். இளைய தலைமுறையின் கடமை. காலத்தின் கட்டாயம்."

தமிழய்யாவுக்கு மனசு குளிர்ந்துபோகும். பாண்டியனைத் தட்டிக்கொடுப்பார்.

அந்த வாரம் தமிழய்யாவின் பையன் வந்திருந்தான். ராவும் பகலும் பேச்சுவார்த்தை நடந்தது. ரங்கராஜன் ஊரில் இல்லை. பாண்டியன் அமைதியாக ஒதுங்கிக்கொண்டார்.

தகப்பன் மகனுக்கிடையே எப்போதுமுள்ள சகஜம் காயப்பட்டு புதுசாக ஒரு விறைப்பும் முறைப்பும் இருந்ததைக் கவனிக்கமுடிந்தது. ஆனாலும் பாண்டியன் எதுவும் கேட்டுக்கொள்ளவில்லை. குளிக்கப் போகும்போதும் சாப்பிடப் போகும்போதும் வாய் குறுகுறுத்தாலுங் கூட அவர் உறுத்தலை வெளிக்காட்டிக் கொள்ளவில்லை.

மறுநாள் சாயங்காலம் பையனை பஸ் ஏற்றி அனுப்பிய பிறகும் தமிழய்யாவின் முகத்தில் விசாரம் இருந்தது. வாக்கிங் போகும்போது பாண்டியன் மெல்ல பேச்சைத் தூண்டினார்.

"என்ன சார் ஒரு மாதிரி இருக்கீக. ஏதும் பணக் கஸ்டமா."

“அது நம்ம கூடப் பெறந்தது. அதுக்காக வருத்தப்பட ஆரம் பிச்சா ஒண்ணு கமண்டலம் ஏந்திக்கிட்டு காசிக்குப் போகணும். இல்ல காலத்த முடிச்சிக்கிட்டு மயானத்துக்குப் போகணும்.”

“பெறகென்னது சார்.”

“கொஞ்சம் மனக்கஸ்டம்.”

“ஆனானப்பட்ட தமிழய்யாவுக்கா. ஆச்சரியமாருக்கே.”

“பையனுக்கு வாத்தியார் வேல கெடச்சிருக்கு.”

“இது நல்ல சேதியாச்சே. குடும்பப் பாரத்த பையன் கைமாத் தீருவான். இனிமே நீங்க தாராளமா வெத்தல போடலாம்.”

“வேல எப்படிக் கெடச்சதுன்னு கேக்கலயே.”

“கெடைக்கிறதே பெரிய காரியம். எப்படி வந்தா என்ன சார்.”

“தன்ன அடகுவச்சு வாங்கீருக்கான். அதுலதான் எனக்கு வருத்தம்.”

“அடகா.”

“ஆமாமா. பஞ்சாயத்து யூனியன் தலைவர் பால்வண்ணம் பிள்ளைக்கு இவன்மேல எண்ணைக்குமில்லாற அக்கற வந்துருச்சு. கூப்புட்டுக் குடுத்துட்டாரு.”

“அவரு சொந்தக்காரரா சார்.”

“என் வீட்டுக்காரிக்கு அண்ணன். ரெண்டு பேரு அம்மாவும் கூடப் பெறந்தவங்க. இனிமே நெருங்குன சொந்தம். பையன் அவருக்கு மருமகனாகப் போறான். அந்த ஒப்பந்தத்துலதான் வேல ஏற்பாடாகியிருக்கு.”

“ஏன் சார் அப்படி நெனைக்கணும். நல்லெண்ணத்துலதான செஞ்சிருக்காரு.”

“ரெம்ப நல்லெண்ணம். அப்படின்னா இந்த மனுசன் என்ன செஞ்சிருக்கணும். எம் பொண்ணுக்கு வேல குடுத்துருக்கணும். தம் புள்ளைக்கு எங் குடும்பத்துல பொண்ணெடுத்துருக்கணும். செய்யலயே. ஏன்னா நான் தரித்திரம் பிடிச்சவன். அந்தஸ்தில்லாதவன்.”

“அதெல்லாம் ஒணந்துதான் இப்ப நெருங்கி வந்துருக்காரு. பழசெல்லாம் மறந்துருங்க சார்.”

“எப்படி மறக்கமுடியும் பாண்டியன். அண்ணைக்கு நான் எனக்குப் பொண்ணு கேட்டுப் போகயில என்ன சொன்னாரு தெரியுமா. போயும் போயும் தரித்திரம் பிடிச்ச தமிழ் வாத்தி

யானுக்கா குடுக்கிறதுன்னு எளக்காரமாப் பேசுனாரு. வீட்டுக்காரி மட்டும் பிடிவாதமா இல்லன்னா எம் மானம் மரியாதையெல்லாம் காத்துல பறந்துருக்கும்."

"அகநானூறு பாடி அம்மையார அசத்தீட்டீக போலருக்கு."

"நான் தரித்திரம் பிடிச்சவன்தான். தரித்திரம்னா அட்டத் தரித்திரம். கொழந்தைகள வளத்து ஆளாக்குறதுக்கு என்ன கஸ்டப் பட்டொம் தெரியுமா. நல்ல துணியுண்டா. அவ்வளவு கஸ்டத் துலயும் எங்களுக்கு வைராக்கியம் கொறையல. நான் போயி அந்த மனுசங்கிட்ட எம் பாடு இப்படின்னு கைநீட்டியிருப்பனா இல்ல என் வீட்டுக்காரிதான் கண்ணக் கசக்கியிருப்பாளா. தன்னோட ஒரே பையனுக்கு அவரு பெரிய எடத்துல சம்பந்தம் பண்ணுறபோதுகூட அவ ஒரு வார்த்த சொல்லி ஆதங்கப்படலயே. அவ்வளவெதுக்கு எங் கடைசிப் பொண்ணச் சொல்லுங்க. இதுவரைக்கும் ஒதவின்னு கேட்டுப் போயிருப்பாளா. அதுதான் வைராக்கியம். தன்மானம்."

"தரித்திரத்திலும் சரித்திரம் படைத்த தமிழய்யாவுக்குத் தலை வணங்குகிறேன்."

"பொம்பளைக்கிருக்கிற சுயமரியாத பையனுக்கில்லையேங்கிறத நெனச்சாத்தான் வேதனையாருக்கு பாண்டியன். கையாலாகாற அப்பன நம்பிப் புண்ணியமில்லன்னு இந்த முடிவத் தேடிக்கிட்டான் போலருக்கு. அவன் வாங்கப் போற சம்பளத்த அம்மாட்டக் குடுப்பானோ ஆத்துக்காரியிட்டக் குடுப்பானோ அதப் பத்தி எனக்குக் கவலையில்ல. இனி இருக்கிறது ஒரு பொண்ணு. நான் ரிடையராகிறதுக்குள்ள அதக் கரையேத்தீருவென். சாயிபு பையனோ சவரஞ் செய்றவனோ அவ மனசுக்குப் புடிச்சவனோட சந்தோசமா இருக்கணும். பெறகென்ன கவல. கடைசிவரைக்கும் கடையில கணக்கெழுதியாச்சும் அவ அம்மாவக் காப்பாத்துவென்."

தமிழய்யா ரெம்ப உயரத்தில் நடந்துகொண்டிருந்தார். அவர் இப்படி உடைந்து பார்த்ததில்லை. பாண்டியன் ரெண்டு முறை தேற்றினார்.

"எல்லாம் நல்லபடியா நடக்கும். கவலைய வுடுங்க சார்."

அங்கங்கே மஞ்சள் குளித்துக்கொண்டிருந்த மரங்கள் மெல்ல மெல்ல முக்காடு போடத் தொடங்கின. அவர்கள் மௌனத்தைச் சுமந்துகொண்டு ரூமுக்குத் திரும்பினார்கள்.

# 7

காலையில் ஜூனியர் மராத்தான் ரூமுக்கு வந்து பாண்டியனிடம் சொன்னான்.

“நைனா வாறதுக்கு கொஞ்சம் நேரமாகும்னு சொல்லச் சொன்னாரு சார்.”

“வேல வீட்டுல நடக்குதா காட்லயா.”

“தோட்டத்துல மொளகாச் செடிக்கு மருந்தடிக்காக.”

“நல்ல எக்சசைஸ்தான். நீ போகலயா.”

“நானும் மருந்தடிச்சிட்டுத்தான் வாறென்.”

“பெரிய பள்ளிக்கூடத்துல படிப்ப முடிச்சிட்டு வாறயாக்கும்.”

பாண்டியன் ஜூனியரைத் தட்டிக்கொடுத்து அனுப்பிவைத்தார். அவருக்கு முதல்ரெண்டு பீரியடு டிரில் இருந்தது. அதுக்குப் பையன்களை நியமித்துவிட்டு ஏழாம் வகுப்புக்குப் போனார். பிள்ளைகளுக்குக் கொண்டாட்டம். ஆறாம் வகுப்பில் ராஜேஸ்வரி பாடம் நடத்திக்கொண்டிருந்தாள். பாண்டியன் கடந்து போனதை அவள் கவனிக்கவில்லை.

கொஞ்ச நேரம் அமைதியாக இருந்துவிட்டு பாடத்தை ஆரம்பித்தார் பாண்டியன்.

“போன வருசம் குத்தாலத்துல குளிக்கும்போது வழுக்கி வுழுந்து முட்டிய ஒடச்சவன் யாரு.”

ஒரு பையன் எழுந்து நின்றான்.

“இப்ப தாவலயாகிப்போச்சு சார்.”

“பெறகு கொரங்குகிட்டக் கடிபட்டது எவன்.”

“இவந்தான் சார். இவந்தான் சார்.”

எல்லாரும் இன்னொருவனைப் பிடித்து எழுப்பிவிட்டார்கள். அவன் வெட்கத்தில் தலை குனிந்திருந்தான்.

“கொரங்கு ஏன் கடிச்சதாம்.”

கடைசி வரிசையிலிருந்து ஒரு குரல் வந்தது.

“கொரங்குக்குப் போட்ட பொரிகடலைய இவன் பெறக்கித் தின்னான் சார். அதனால அதுக்குக் கோவம் வந்துருச்சு.”

“அப்படின்னாச் சரி. அடுத்த தடவ போகும்போது அதே கொரங்கத் தேடிக் கண்டுபுடிச்சு பதிலுக்குக் கடிக்கணும். தெரிஞ்சதா.”

எல்லாரும் சிரித்தார்கள்.

“சார் இவன போன வாரம் கழுத கடிச்சிருச்சு.”

“கழுதைக்கு அவன்மேல என்ன கோவம்.”

“சும்மா நின்னுகிட்டுருந்ததுக்குப் பின்னாலகூடிப் போயி காதுல கட்டெறும்ப வுட்ருக்கான். அது லவக்குனு இடுப்புல கவ்வி கறியத் தோண்டீருச்சு.”

பிள்ளைகளின் ஆரவாரம் கூரையில் மோதியது.

“சைலன்ஸ்... சைலன்ஸ்... குத்தாலத்தப் பத்தி ஒருத்தரு நல்ல நூல் எழுதியிருக்காரே அவரு பேரு என்ன. அந்த நூல் எது தெரியுமா.”

“திரிகூடராசப்பக் கவிராயர்”

“குற்றாலக் குறவஞ்சி.”

‘‘கரெக்ட். அந்தக் காலத்துலயே அவரு வாலிபால் வெளையாட்டப்பத்தி எப்படிப் பாடியிருக்காரு தெரியுமா.”

அவர் வசந்தவல்லி பந்தாடிய காட்சியை வரிவரியாக விளக்கி விளையாட்டையே வார்த்தைகளில் நடத்திக் காட்டினார்.

“பொங்கு கனங்குழை மண்டிய கெண்டை

புரண்டு புரண்டாட – குழல்

மங்குலில் வண்டு கலைந்தது கண்டு

மதன்சிலை வண்டோட – இனி

இங்கிது கண்டுல கென்படும் என்படும்

என்றிடை திண்டாட – மலர்ப்

பங்கய மங்கை வசந்த சவுந்தரி

பந்து பயின்றாளே.”

பந்தாட்டக் குரல் கேட்டதும் ஆறாம் வகுப்பு அமைதிப்பட்டது. கொஞ்ச நேரம் கழித்து ஆறில் ராஜேஸ்வரியின் பாடம் கேட்டது. உடனே ஏழு அமைதிப்பட்டது. ரெண்டு பீரியடு போனதே தெரியவில்லை.

கிளாஸ் முடிந்து வெளியேறும்போது ஆறாம் வகுப்பு வாசலில் ராஜேஸ்வரி நின்றுகொண்டிருந்தாள். பிள்ளைகள் இடைவேளைக்காக வெளியே போயிருந்தார்கள். மிஞ்சியிருந்த பெண்களும் ஒருவரையொருவர் இடித்துக்கொண்டு வெளியே வந்தார்கள். பாண்டியனைப் பார்த்ததும் ராஜேஸ்வரி சுவரைச் சுரண்ட ஆரம்பித்தாள். அவர் நெருங்கிப் போனார்.

“டீச்சருக்கு சொவரப் பத்திக் கவல வந்துருச்சா. பயப்படாதங்க. ரெம்ப நாளைக்குத் தாங்கும்.”

அவள் அழகாகச் சிரித்தாள்.

“ஒங்களப் பாராட்டுறதுக்காகக் காத்துருக்கென்.”

“பாராட்டா. அப்படி நான் என்ன பெரிசாக் கிழிச்சிட்டென்.”

“நல்லா பாடுறீக சார்.”

“ஓகோ அதச் சொல்றீகளா. பையங்க கழுதையப் பத்திப் பேசுனதும் பாட்டு நெனப்பு வந்துருச்சு.”

அவள் இன்னும் அகலச் சிரித்தாள்.

“ஒங்க கொரலு அருமையாருக்கு.”

“தமிழ்ல வஞ்சப்புகழ்ச்சி அணின்னு ஒண்ணு உண்டு.”

“உண்மையாச் சொல்றென்.”

பாண்டியன் பூரித்துப்போனார்.

“ரெம்ப நன்றி டீச்சர். இது எங்க ரூம்ல இருக்கிறவுகளுக்குத் தெரியலயே. நான் பாட ஆரம்பிச்சா படுக்கைய விரிச்சிறாக. அது சரியே எவ்வளவு காலத்துக்கு ஆபீஸ்ல அடஞ்சு கெடக்கிறதா உத்தேசம். வெளிய கிரவுண்டுல வெளையாட்டு நடக்குது, அதுக்

குனு தண்டமா ஒரு டிரில்மாஸ்டர் இருக்காங்கிறதத் தெரிஞ்சிக்கிற வேணாமா."

"எனக்கு வெளையாட்ல பிரியமில்ல சார்."

"ஆபீஸ்ல உக்காந்து நகத்தக் கடிக்கிறதுலதான் பிரியமாக்கும். அதென்ன மிட்டாயா. வேணும்னா தீத்தம் சார் கடையில இருக்கிற அத்தன மிட்டாயவும் வாங்கிக் குடுத்துறென். சாவாசமாத் தின்னுங்க."

"எனக்கு வெளயாடத் தெரியாதே."

"டிரில் மாஸ்டருக்கே தெரியாது. கத்துக்கிறவேண்டியதுதான். மொதல்ல ஆபீஸவுட்டு வெளிய வாங்க. வந்து கிரவுண்டுல நடக்கிறதப் பாருங்க. பாக்கிறதுக்கு டிக்கெட்டெல்லாம் கெடையாது. அதுக்கு பதிலா எப்பயாச்சும் வீட்டுப் பக்கம் வந்தா வாய்க்கு ருசியா ஒரு வேளச் சாப்பாடு கேப்பொம் அவ்வளவுதான். குடுப்பீகளா இல்ல வெரட்டியடிப்பீகளா."

"தாராளமா வாங்க."

"அப்பாடா. அண்ணைக்குத்தான் இந்த நாக்குக்கு உயிர் வரப்போகுது."

பாண்டியன் கற்பனைகளை மென்றுகொண்டே போனார். எதிரே எக்ஸ்பிரஸ் வேகத்தில் வந்த கிருஷ்ணசாமி அவரது கற்பனைகளைக் கலைத்தார்.

"பாண்டியன் சாருக்கு நான் ரெம்ப நன்றிக் கடன் பட்ருக்கென்."

"நாந்தான் சார் ஒங்களுக்கு நன்றி சொல்லணும்."

"அப்படியென்ன ஒங்களுக்கு ஒதவி செஞ்சிட்டென்."

"இதே பெரிய ஒதவிதான் சார்."

"எதச் சொல்றீக."

பாண்டியன் முழித்துக்கொண்டார்.

"ஒண்ணுமில்ல சார். ரெண்டு பீரியடு நெழல்ல இருக்கிறதுக்கு ஒதவுனீகளே அதச் சொன்னென்."

கிருஷ்ணசாமி பாண்டியனை வித்தியாசமாகப் பார்த்துவிட்டு வகுப்புக்குப் போனார்.

ரெண்டு நாள் கிரவுண்டில் வெயில் நேரம் விளையாட்டு நடக்கையில் ராஜேஸ்வரி வகுப்பு வாசலில் நின்று கவனித்தாள். மூணாம் நாள் சாயங்காலம் ருக்மணியிடமிருந்து பிரிந்து கிரவுண்டுக்குப் போனாள்.

பெரிய பெண்கள் டென்னிக்காய்ட் விளையாடுவதை ஆர்வத்துடன் பார்த்தாள். புதுப் பார்வையாளர் வந்த சந்தோசத்தில் பெண்கள் மும்முரமாக விளையாடினார்கள். பாண்டியன் ஓடியாடி விசிலடித்தார். ரிங் வீசும் முறைகளை ஸ்டைலாகச் சொல்லிக்கொடுத்தார்.

ராஜேஸ்வரிக்கு விளையாட்டில் ஆசை வந்தது. அடிக்கடி பெண்களுடன் விளையாட ஆரம்பித்தாள். பாண்டியனும் பையன் களும் விளையாடுவதை ரசித்தாள்.

ரங்கராஜன் பாண்டியனைப் பாராட்டினார்.

"பாண்டியன் இப்ப ஒங்க வெளையாட்டு ஜோரரா இருக்கறது."

"அப்ப இதுக்கு முந்தி நல்லால்லன்னு சொல்றீக."

"அப்படியில்ல. நன்னா மெருகேறியிருக்கறது."

"இதுல ஒரு சங்கதி என்னன்னா வெளையாடுறவனுக்கு மட்டும் இன்ட்ரஸ்ட் இருந்தா போதாது சார். பாக்கிறவுங்களுக்கும் வேணும். அப்பத்தான் விறுவிறுப்பு இருக்கும்."

"ரசிக்கத் தெரியணுமே. அதச் சொல்லுங்கோ."

"வெளையாடத் தெரிஞ்சா ரசன தானா வரும்."

ரங்கராஜன் தமிழய்யாவிடம் "பாத்தேளா" என்று கண் சிமிட்டினார். தமிழய்யா டப்பாவுக்குள் கலர் சுண்ணாம்பைத் தோண்டினார்.

"பாண்டியன் வெளையாடுறதுக்குன்னே படிச்சவர். சாமி இனிமேத்தான் கத்துக்கிறணும்."

ரங்கராஜனுக்கு உள்ளுக்குள் சந்தோசமிருந்தாலும் சின்ன வருத்தம் உறுத்தாமலில்லை.

இப்படித்தான் பாண்டியனுக்கும் ராஜேஸ்வரிக்கும் பரிச்சயம் ஏற்பட்டது. அதுக்குப் பிறகு அவர்கள் சந்திப்பதற்கு எத்தனையோ சந்தர்ப்பங்களை ஏற்படுத்திக்கொண்டார்கள். ராஜேஸ்வரி இப்போதெல்லாம் அக்ரஹார முனைவரை வந்து ஸ்கூலுக்குத் திரும்பினாள். பாண்டியன் அவளுடன் பேசிக்கொண்டே பின் தொடர்ந்தார். கொஞ்ச நேரத்துக்குள் நிறைய பேசினார்கள்.

பாண்டியன் அவ்வப்போது தமிழய்யாவுக்கும் ரங்கராஜனுக்கும் டிமிக்கி கொடுத்துவிட்டு ராஜேஸ்வரியின் வீட்டுக்குப் போய் விடுவார். சாயங்காலம் வாக்கிங் போய்த் திரும்பும்போது சில நாள் குழந்தைச்சாமியின் ஹோட்டல் வந்ததும் தலைமறைவாகிவிடுவார். குழந்தைச்சாமி தமிழய்யாவிடம் அக்கறையாக விசாரிப்பார்.

"பாண்டியன் ஏன் வரல. தமிழய்யாவுக்கு அவரில்லாமச் சாப்பாடு ருசிக்காதே."

தமிழய்யா சமாளிப்பார்.

"எளவட்டப் புள்ளைக சினிமா அது இதுன்னு போயிட்டு வருவாங்க."

"ரங்கராஜன்சாருக்கு அதெல்லாம் புடிக்காதா."

ரங்கராஜன் சொல்லுவார்.

"நேக்குப் பிடிச்சது ஒங்க ஹோட்டல் பதார்த்தந்தான். போறுமா."

தமிழய்யாவுக்குப் புரிந்துவிடும். உடனே பேச்சை மாற்றிவிடுவார்.

பாண்டியன் சினிமாவுக்குப் போனால் ஒரு கவுளி இளம் வெற்றிலையும் அதுக்கேற்ற கழிப்பாக்கும் வாங்கிவர மறப்பதில்லை. சில நேரம் தேடிப்பிடித்து பச்சைப்பாக்குக்கூட வாங்கிவருவார். தமிழய்யாவின் வாய்க்குச் சந்தோசம் தாங்காது.

ரங்கராஜனையும் பாண்டியன் மறக்கமாட்டார். அவருக்கு அம்பி விலாஸ் அல்வாவும் பக்கோடாவும் வரும். ரங்கராஜன் சந்தேகத்தில் கேட்பார்.

"நேக்குத்தான் வாங்கிண்டு வந்தேளா."

"ஒங்களுக்கேதான் சார்."

"வெத்தலையும் அல்வாவும் கொடுத்து எங்க வாய அடைக்கறேள்."

"ஒரு பிரியந்தான்."

"யாரு மேல."

"எல்லாரு மேலயுந்தான்."

தமிழய்யா ஒரு செய்யுள் பகுதியைச் சொல்லுவார்.

"நல்லார் ஒருவர் உளரேல் அவர் பொருட்டு

எல்லார்க்கும் பெய்யும் மழை."

பாண்டியன் தமிழய்யாவை சிக்கலாகப் பார்ப்பார். "கவலய விடுங்க பாண்டியன்" என்று அவர் கண்ணால் பேசுவார். அதுபோதும் பாண்டியனுக்கு. உடனே பாட்டுக் கச்சேரிக்குத் தயாராகிவிடுவார்.

ராஜேஸ்வரியுடன் விளையாட்டுத்தனமாக ஆரம்பித்த பேச்சு இவ்வளவு நெருக்கத்தில் கொண்டுவந்து விடுமென்று பாண்டியன்

எதிர்பார்க்கவில்லை. நினைத்தால் ஆச்சரியமாக இருந்தது. சில சமயம் மலைப்பாகக்கூட இருந்தது.

அவளைப் பார்க்கமுடியாத நாட்களில் தவித்துப்போனார். ரூமில் சோகப் பாட்டுப் பாடினார். திண்ணையில் தனியாக உட்கார்ந்து சிந்தனையிலாழ்ந்தார். தமிழய்யா விசாரித்தால் என்னென்னமோ சொல்லி மழுப்பினார்.

லீவு வருவதுகூட அவருக்கு உறுத்தலாக இருந்தது. ரங்கராஜன் இல்லாத சமயத்தில் பேச்சுத் துணையில்லாமல் தமிழய்யாவைத் தனியாக விட்டுவிட்டுப் போகமுடியாது. அப்படியும் அவரிடம் பொய் சொல்லிவிட்டு கொஞ்ச நேரம் ராஜேஸ்வரியின் வீட்டுக்குப் போய்த்திரும்புவார். தமிழய்யாவிடங்கூட பொய் சொல்ல வேண்டி யிருக்கிறதே என்று பிறகுதான் மனசு கிடந்து அடித்துக்கொள்ளும்.

ஒருநாள் பஸ்டாண்டுப் பக்கம் சைன்ஸ் தங்கச்சாமி பார்த்து விட்டார். அவர் சகஜமாகக் கேட்டதுகூட வித்தியாசமாகத் தெரிந்தது.

"என்ன சார் தனியா இந்தப்பக்கம்."

ஏதோ சாக்குச்சொல்லிச் சமாளிக்க வேண்டியிருந்தது.

"டெய்லர்கிட்ட சட்ட தைக்கிறதுக்குத் துணி குடுத்துட்டு வாறென்."

"ஓங்க ஸ்டைலுக்கேத்தபடி தைக்கிற டெய்லர்கூட இங்க இருக் கானா. இவ்வளவு நாளா எனக்குத் தெரியாமப்போச்சே. அது யாரு சார். நானும் குடுக்கணும்."

பாண்டியன் நெளிந்தார்.

"இப்பத்தான் மொதல்ல குடுத்துருக்கென். நல்லாத் தைக்கா னான்னு பாத்துட்டுச் சொல்றென். ஏன்னா ஓங்க துணி வீணாகி யிறக்கூடாது பாருங்க."

தங்கச்சாமியிடமிருந்து தப்பித்தோம் பிழைத்தோம் என்று ஓடி தமிழய்யாவிடம் தஞ்சம்புகவேண்டிய நிலைமை.

நல்லவேளைக்கு வாட்ச்மேன் வீரணன் தட்டுப்பட்டான். இல்லையென்றால் தமிழய்யாவிடமும் ஏதாவது உளறிச் சமாளிக்க வேண்டியிருந்திருக்கும். பாண்டியன் பெருமூச்சு விட்டபடி அவனைக் கூப்பிட்டார்.

"வேய் திருட்டுத்தனமா ஒளிஞ்சு ஒளிஞ்சு ஓடுறயே என்ன சமாச் சாரம். இங்க வா தமிழய்யா கூப்புடுறாரு."

தமிழய்யா சொன்னார்.

"ஏன்சார் அவர வம்புக்கிழுக்கிறீங்க. முக்கியமான வேலையாப் போறாரோ என்னமோ."

“பொல்லாற வேல.”

வீரணன் வந்து வாசல்படியில் உட்கார்ந்தான்.

“டிரில்மாஸ்டரய்யா கூப்புட்டு வராம இருக்கமுடியுமா.”

“இதுல ஒண்ணும் கொறச்சலில்ல. ஆமா எங்க அவசரமாப் போனீகளோ.”

“இந்தி டீச்சரம்மாவுக்கு எவ்வளவு எண்ண வேணும்னு அய்யாத்தொர சார் வீட்ல கேட்டுட்டு வரச்சொன்னாக.”

“அப்படின்னா முக்கியமான வேலதான். போயிக் கேட்டுட்டு வந்துறீகளா இல்ல கொஞ்சநேரம் இங்க இருந்துட்டுப் போறீகளா. ஒங்ககிட்ட ஒரு வெசயம் பேசவேண்டியிருக்கு.”

“அய்யா எப்ப அனுப்புறீகளோ அப்பப் போயிக்கிறென்.”

பேச்சு போகிற தினுசைப் பார்த்தால் பாண்டியன் அவனை லேசுக்குள் விடமாட்டார் என்று தமிழய்யாவுக்குப் புரிந்துவிட்டது. என்ன விவகாரமோ. மெல்ல எழுந்தார்.

“நீங்க பேசிக்கிட்ருங்க. நான் போயி கட்டையக் கெடத்துறென்.”

தமிழய்யா ரூமுக்குள் போனதும் பாண்டியன் நெருங்கி வந்தார். வீரணனுக்கு உதறலெடுத்தது.

“என்னய்யா...”

“தெரியாமத்தான் கேக்கென். நீ ஸ்கூலுக்குத்தான வாச்மேன்.”

“ஏன்யா அப்படிக் கேக்கீக.”

“இல்ல ஒரு நா ராத்திரி மகாலிங்கபுரம் தியேட்டர் வாசல்ல ஒன்னப் பாத்த மாதிரி இருந்துச்சு. ஒருவேள அங்க வேலைக்குச் சேந்துட்டயோன்னு ஒரு சந்தேகம்.”

அவன் நினைத்தது சரியாக இருந்தது. இனி அவ்வளவுதான். கிண்டிக் கிளறாமல் விடமாட்டார். உண்மையைச் சொல்லிவிட வேண்டியதுதான். அவன் எச்சுக்கூட்டி விழுங்கினான்.

“சினிமாக் கொட்டக வாசல்ல நின்னது வாஸ்தவம்தான்யா. நீங்க உள்ள உக்காந்துருக்கிறதக்கூடப் பாத்தென்.”

“வந்து ஒரு வார்த்த பேசியிருக்கலாமில்ல. ஒன்னக் கூப்புடுற துக்குத் திரும்பிப் பாத்தென். அதுக்குள்ள ஓடி ஒளிஞ்சுக்கிட்டயே.”

“ஒங்ககிட்டப் பேசணும்னு நெனப்புத்தான். ஆனா நான் இருந்த அவசரத்துல ஒண்ணுமே ஓடல. பெறகும் ஒங்ககிட்ட வெசயத்த எப்படிச் சொல்றதுன்னு கூச்சம்.”

"கூச்சப்படுற அளவுக்கு அப்படியென்ன வெசயம்."

"அது வந்துய்யா..."

"எது வந்து. சும்மா சொல்லுவே."

அவன் தலையைச் சொறிந்தபடி சுற்றுமுற்றும் பார்த்துவிட்டு மறுபடியும் தயங்கினான்.

"கொமரிப் பொண்ணு மாதிரி அய்யாவுக்கு வெக்கம் புடுங்கித் திங்கிறதப் பாரு."

"மேலக்கொட்டகையில எம்ஜியார் படம் ஒண்ணு நல்லாருக்குதுன்னு எல்லாரும் சொன்னாக. நானும் வீட்டுக்காரியும் போயி மாட்னி பாத்துட்டு வந்தொம்."

"ஒனக்கு எம்ஜியார் படந்தான் புடிக்குமா."

"பொதுவா அவரு படந்தான் பாப்பென். சண்ட பாட்டு எதும் வேறதுல ருசிக்கிறதில்ல."

"சரி ரெண்டு பேரும் மாட்னி பாத்துட்டு வந்தீக."

"ஒரு கட்டத்துல அவரு காதலிய அப்படியே அலக்காத் தூக்கி கிறுவாணஞ் சுத்தி கட்லு மெத்தமேல பொத்துனு போடுவாரு. அந்த அம்மா மேலயும் கீழயும் ஆடும். ஒடனே அவரு அழகான பாட்டு ஒண்ண எடுத்துவுடுவாரு. கொட்டகையெல்லாம் விசில் சத்தம் கேட்டு முடியாது. அந்தக் கட்டம் எனக்கு ரெம்பப் புடிச்சுப்போச்சு."

"வே நீ பெரிய ரசிகந்தான்."

"அந்தப் பாட்டும் கும்மாளமும் கொஞ்ச நாளா மனசவுட்டுப் போகவேயில்ல. அது பாருங்க ஒரு நா வெளையாட்டுப்போல என் வீட்டுக்காரியத் தூக்கி கயத்துக் கட்லுமேல போட்டுட்டென்."

"கிழிஞ்சது போ. நீ எம்ஜியாராயிட்டயா. வீட்ல சினிமாவே நடத்தீட்ட."

"கட்லு பாரந் தாங்காம ரெண்டா ஒடஞ்சு பல்ல இளிச்சிருச்சு. வீட்டுக்காரி மூச்சுப் பேச்சில்லாம மட்டமல்லாக்கக் கெடக்கா."

"கதாநாயகிக்கு இப்படியொரு சோதனையா. கதாநாயகன் என்ன செஞ்சாரு. சோகப் பாட்டுப் பாட ஆரம்பிச்சிட்டாரா."

"அவ மொகத்துல தண்ணியத் தொளிச்சுத் தூக்கி நிறுத்துனா தொவண்டுக்கிட்டே போறா. ஒரு எட்டுக்கூட நடக்க முடியல."

"எங்கயும் அடிபட்ருச்சா."

"ஒரு கிண்ணி கழண்டுபோச்சு."

“வே அறிவுகெட்ட காரியம் பண்ணீட்டயே.”

“நல்ல வேளைக்கு அப்பப் புள்ளீக வீட்ல இல்ல. ஓடியாடி ஒரு மாட்டு வண்டி சம்பாரிச்சு ராவோட ராவா அவள மகாலிங்க புரத்துக்குக் கொண்டு போனென். எலும்பு முறிவுக்கு வைத்தியம் பாக்கிற நாடாரு நடுக் கொட்டகைய ஒட்டி சந்தப்பேட்டையிலதான் இருக்காரு. அங்க போயிப் பாத்தா அவரு சினிமாவுக்குப் போயிட் டாருன்னு சொல்லீட்டாக. அதனாலதான் கொட்டகைக்கு ஓடிவந்து அவரத் தேடிப்புடிச்சு கையோட கூட்டீட்டுப் போனென். அப்பயே மாவுப் பச மட்டையெல்லாம் சம்பாரிச்சு வலியோட வலியா கிண்ணிய எடுத்துவச்சுக் கெட்னாரு. வீட்டுக்காரி போட்ட கூச்சலு கொட்டக வரைக்குக் கேட்டுருக்கும். ஒருவழியா வீடுவந்து சேருற துக்கு சாமமாகிப் போச்சு.”

பாண்டியனுக்குக் கோவம் முட்டிக்கொண்டு வந்தது.

“ஒனக்குக் கொஞ்சமாச்சும் மூளையிருக்கா. நான் அங்கதான இருக்கென். வெசயத்தச் சொல்லியிருக்கலாமில்ல. தனியாக் கெடந்து தவிச்சிருக்கயே முண்டம்.”

“நாஞ் செஞ்ச தப்புக்கு நாந்தானய்யா அனுபவிச்சுத் தீரணும். ஒங்களக் கஸ்டப்படுத்துனா எப்படி.”

“அது சரி ஒனக்கு இந்தக் கதியாகியிருக்கணும். அப்பத் தெரியும். ஒன் வீரத்தக் காட்றதுக்குப் பொம்பளதானா கெடச்சா. வழியில போற ஆம்பள எவங்கூடயாவது சண்டைபோட வேண்டியதுதான. வீட்டுக்காரிக்கு இப்ப எப்படி இருக்குது.”

“எந்திரிச்சு கம்பூண்டி நடமாடிக்கிருவா. வையாபுரி சம்சாரந்தான் ஓவணியம் பாத்துக் கவனிச்சுக்கிருது.”

“வையாபுரிக்கு உண்மையா நடந்த கத தெரியுமா.”

“ஒங்களத்தவர ஆருக்குந் தெரியாது.”

“அவன் வரட்டும் சொல்றென்.”

“ஒங்களுக்குப் புண்ணியமாப்போகுது. ஆருட்டயும் சொல்ல வேணாம்யா. என் வீட்டுக்காரி காதுக்கு எட்னா அவ்வளவுதான். ஒரு நாளைக்கு ஒரு வெளக்கமாரு காணாது.”

“வீராதி வீரனாச்சே. வாங்கிக் கட்டிக்கயேன்.”

“இப்ப சினிமாப் பாக்கிற பழக்கத்த அடியோட வுட்டுட்டன்யா.”

“ஏன் போகவேண்டியதுதான. வீட்டுக்காரிக்கு இன்னொரு காலு பாக்கியிருக்குதே. அந்தம்மாவ வந்து பாக்கிறதுக்குக்கூட வழியில்லாமப் பண்ணீட்டயே பாவி. வந்து என்ன சொல்லி

வெசாரிக்கிறது. அதுக்குப் பழம் முட்டன்னு சத்தான பண்டங்கள வாங்கிக்குடுக்கயா. கையில பணமிருக்குதா."

"எனக்குத் தக்கபடி செய்றன்யா."

பாண்டியன் ரூமுக்குள் போய் பெட்டியில் பணம் எடுத்துவந்து கொடுத்தார்.

"இந்தா இத வச்சுக்கோ. தேவையிருந்தா அப்பப்ப வந்து கேளு. கூச்சப்பட்டுக்கிட்டு இருக்காம காலகாலத்துல அந்தம்மாவ நல்லா நடக்க வைக்கிறதுக்குண்டான வழியப் பாரு."

வீரணன் குறுகிப்போனான்.

"வேணாம்யா..."

"இப்ப வாங்கப்போறயா இல்லையா."

அவன் வாங்கிக்கொண்டான்.

"ஒன்வீட்டம்மா ஒரு மாசத்துக்குள்ள பழையபடி நடமாடலன்னா அவ்வளவுதான். ஒனக்கு ஒரு கிண்ணி போயிரும். அதமட்டும் நல்லா ஞாபகம் வச்சுக்கோ."

அவன் பலமாகத் தலையாட்டியபடி எழுந்தான்.

"அப்ப நான் போயிட்டு வாறன்யா."

எட்டுவைக்கப் போனவனை அவர் நிறுத்தினார்.

"கொஞ்சம் நில்லுவே. முக்கியமான சமாச்சாரம் ஒண்ணக் கேக்க மறந்துட்டென் பாரு. ஆமா ஊருக்குக் கெழக்க வரிச வரிசையா பனமரம் நிக்குதே அதுல பதினி எப்ப வரும்."

"இனியும் மூணு மாசம் ஆகணும்யா. கோடையிலதான் எறக்குவாக."

"வெள்ளப் பதினி கெடைக்குமா."

அவன் திருதிருவென்று முழித்தான். அவர் குரலை இறக்கிக் கேட்டார்.

"வெள்ளப் பதினி தெரியாதா சுண்ணாம்பு தடவாத பதினி."

"எனக்கு அதப் பத்தித் தெரியாதுய்யா."

அவன் வேகமாக நடையை விட்டான். பாண்டியன் குரல் கொடுத்தார்.

"வேய் டீச்சரம்மா வீடு இந்தப் பக்கம் இருக்குது."

# 8

கடைக்கு எண்ணெய் சீயக்காய் வாங்கப் போயிருந்த ரங்கராஜனும் தமிழய்யாவும் வந்து சேர்ந்தார்கள். பாண்டியன் ரங்கராஜனிடம் கோவித்துக்கொண்டார்.

"என்னத் தனியா தவிக்கவுட்டுட்டுப் போயிட்டீகளே. இது ஒங்களுக்கே நல்லாருக்கா."

"கொஞ்ச நாள்ல எங்கள விட்டுப் பிரிஞ்சு போறவா இப்படிப் பேசலாமோ. அதுக்கு இப்பவே எங்களப் பழக்கப்படுத்திக்கறொம்."

"இது வேறயா. எங்களக் கழுத்தப் புடிச்சு வெளிய தள்ளாமருந்தாப் போதும்."

தமிழய்யா பஞ்சாயத்துப் பண்ணினார்.

"ரெண்டு பேரும் என்ன விட்டுட்டுப் போகாமருந்தாச் சரி."

ரங்கராஜனின் கையில் எண்ணெய்ப் பாட்டிலைக் கவனித்தார் பாண்டியன்.

"தீத்தம் சார் எண்ணெய் அளந்து ஊத்துனாரா சொட்டுச் சொட்டா எண்ணிக் குடுத்தாரா."

"கொஞ்சமாத் தெரியறதா. எங்க தகுதி அவ்வளவுதான்."

ரங்கராஜன் பாட்டிலைத் தூக்கி எண்ணெய் அளவைப் பார்த்துக்கொண்டார். பாண்டியனுக்கு மனசு சங்கடப்பட்டது.

"நீங்க ஒண்ணு சார். நான் தீத்தம் சாரப்பத்திச் சொன்னென். தப்பா எடுத்துக்கிட்டீக. இனிமே ஒங்ககிட்ட ஒருவார்த்த பேசமாட்டென்."

"எங்களோட பேசறதுக்கு என்ன இருக்கறது பாண்டியனுக்கு."

ரங்கராஜன் நைசாக ரூமுக்குள் நுழைந்தார். தமிழய்யா பெட்டியையொட்டி தலையணைபோட்டுச் சாய்ந்தார். இன்னொரு பெட்டியில் பாண்டியனின் விரல்கள் தாளம்பிரிக்க ஆரம்பித்தன. அவர் சிந்தனையில் மூழ்கி ஒரு பாட்டைக் கொண்டுவந்தார்.

"சமரசம் உலாவும் இடமே.

நம் வாழ்வில் காணா

சமரசம் உலாவும் இடமே..."

மாணிக்கம் தண்ணீர் கொண்டுவந்து இறக்கினான். ரங்கராஜன் அவனைப் பிடித்துக்கொண்டார்.

"நேத்து ஹெட் மாஸ்டரோட என்ன சமாச்சாரம் தனியா பேசிண்டிருந்த."

அவன் சங்கடத்தில் முழித்தான்.

"அவருட்டத் தனியா பேசுறதுக்கு என்னருக்குது சாமி."

"அவருக்கு இருக்குமில்லையா."

"சும்மா கூப்புட்டுப் பேசுவாக. தண்ணியெடுக்கிறது ஆபீசச் சுத்தப்படுத்துறதுன்னு ஏதாச்சும் சொல்லுவாக."

"அதுக்கு அவ்ளோ நேரம் பேசணும் பாரு. நான் சிண்டு வைக்கலயே."

அவன் தயங்கினான்.

"அதெதுக்கு சாமி. அவுக சொன்ன வார்த்தைய ஓங்ககிட்டச் சொல்ல நீங்க சொல்றத அவுககிட்டச் சொல்ல. வீண் பொல்லாப் புத்தான."

"நான் எதுவும் ஓங்கிட்டச் சொன்னனா."

"அப்ப அவுகளும் சொல்லன்னு வச்சுக்கங்களேன்."

பாண்டியன் எழுந்து வந்து வாசலில் ஒற்றைக்காலில் நின்றார்.

"என்னவே வச்சுக்கிறது. அவருதான் ஓங்கிட்டப் பொறணி பேசியிருக்காரே."

"தப்புத்தவறா ஒண்ணும் பேசல சார்."

"அப்ப சொல்லித் தொலைக்க வேண்டியதுதான. மென்னு மென்னு விழுங்குறயே."

ரங்கராஜன் புறவாசலில் நின்றிருந்தார். மாணிக்கம் நடுவில் மாட்டிக்கொண்டான். தமிழய்யா எழுந்து பெட்டியில் சாய்ந்தபடி கவனிக்கத் தொடங்கினார்.

“ஆண்டு விழா நடந்தது பாருங்க.”

“அது நடந்து ஒரு வாரமாயிடுத்தே.”

“சாமி அதுக்கு இல்லாம ஊருக்குப் போயிட்டாரே ஏன்னு கேட்டாரு.”

“நான் இல்லாம ஆண்டு விழா நின்னுடுத்தா.”

பாண்டியன் முந்தினார்.

“ஜாம்ஜாம்னு நடந்தது. பாக்கக் குடுத்துவைக்கல ஒங்களுக்கு.”

“எதப் பாக்கறதுக்கு.”

“அவரவருக்குப் புடிச்சத.”

“அதனாலதான் ஊருக்குப் போயிட்டென்.”

மாணிக்கம் பாண்டியனிடம் வந்தான்.

“சார் கொஞ்சம் வழிவுடுறீகளா.”

ரங்கராஜன் நெருங்கி வந்தார்.

“நான் ஆண்டு விழாவுக்கு வராத சமாச்சாரத்தக் கேக்கறதுக்கு அவ்ளோ நேரம் பேசணுமா.”

பாண்டியன் மாணிக்கத்துக்கு வழிவிட்டார். அவன் திரும்பிப் பார்க்காமல் நடந்தான்.

தமிழய்யா கண் மூடியிருந்தார். அவரது நினைவுகள் ஆண்டு விழா நிகழ்ச்சிகளில் கலந்தன.

என்ன இருந்தாலும் ரங்கராஜன் ஊருக்குப் போயிருக்கக் கூடாது. ஆண்டு விழா பொதுவான காரியம். பையன்களும் வாத்தியார்களும் குடும்பக் குதூகலத்தில் நடத்தக்கூடியது. இதில் வித்தியாசம் பார்க்கக்கூடாது.

பாண்டியனுக்குக்கூட வருத்தந்தான். எவ்வளவோ சொல்லி நிறுத்திப் பார்த்தார்.

“என்ன சார் இது எங்கள அம்போன்னு வுட்டுட்டுப் போறீகளே. எங்க வெளையாட்டு நாடகம் எதவும் பாக்க மனசில்லையா. அப்படி எங்கமேலே என்ன கோவம்.”

“நான் ஊருக்குப் போயாகணும் பாண்டியன்.”

ரங்கராஜன் பிடிவாதமாகக் கிளம்பிவிட்டார். பாண்டியனுக்கு முகம் சிறுத்துப் போயிற்று. தமிழய்யா தைரியஞ் சொன்னார்.

“நீங்க கவலைப்படாதங்க பாண்டியன். எல்லாம் தன்னால

நடக்கும்."

"ஒரு மனுசனப் புடிக்கலங்கிறதுக்காக எல்லாத்தவும் வெறுத் துட்டுப் போறது நல்லால்ல சார்."

"அவரு இருந்துதான் என்ன செய்யப் போறாரு."

"சும்மா ஆள் தொணைக்கு இருந்தாக்கூடத் தெம்பாருக்குமே."

மற்ற வாத்தியார்கள் ஒரு மாதிரியாகக் கேட்டார்கள். அவர்களுக்குச் சமாதானம் சொல்லுவதற்குள் போதும் போது மென்றாகிவிட்டது. பாண்டியன் அங்கலாய்த்துக்கொண்டார்.

"இப்படிப் போயிட்டாரே."

ஆண்டு விழாவுக்குப் பாண்டியன் பட்ட பாடு கொஞ்ச நஞ் சமா. எல்லாவற்றையும் இழுத்துப் போட்டுக்கொண்டு செய்தார். ரெண்டு நாள் விளையாட்டுப் போட்டி மும்முரமாக நடந்தது.

கிரவுண்டு துப்புரவு கிருஷ்ணசாமி பொறுப்பு. அவ்வளவு கிரவுண்டையும் அவர் ஒருவராகவே பெருக்கி முடித்தார். பாண்டியன் சொன்னபடி ஓடி ஓடிக் கயிறுபிடித்து சுண்ணாம்புக் கோடு போட்டார். கம்பு நட்டினார். விவசாய வேலைமாதிரி எல்லாவற்றையும் ஒரு மூச்சில் முடித்துவிட்டார்.

"பாண்டியன் சார் இப்ப கிரவுண்டப் பாத்தீகளா. உழுது பரம்படிச்ச நெலம்போல சுத்தமாகிப்போச்சு. இதுக்குப்போயி பெரிசா மலச்சுக்கிட்ருந்தீகளே."

இத்தனை வேலைக்கும் ஒரு பானைத் தண்ணீர் அவர் வயிற்றுக்குள் இறங்கியிருக்கும். அது தமிழய்யா சப்ளை. வேலை நடக்கும் இடமெல்லாம் பானையுங் கையுமாக அலைந்து குளிர்ச்சியேற்றினார். திட ஆகாரம்பற்றி பாண்டியன் கேட்கத்தான் செய்தார்.

"கொழந்த சார் ஹோட்டல் வடைய உள்ள தள்ளிக்கிறீகளா."

"வேணாம். பாரம் ஏறீட்டா வேல ஓடாது."

கிருஷ்ணசாமிக்கு வேர்வையைத் துடைக்கக்கூட நேரமில்லை. வாய்க்காலில் அங்கங்கே தண்ணீர் உடைந்ததுபோல் அது பாட்டுக்கு ஓடிக்கொண்டிருந்தது.

பாண்டியன் கிருஷ்ணசாமியை நன்றியுடன் பார்த்தார்.

"தானியம் காயப்போடுற களமாக்கிட்டீகளே சார். இதுல தேசிய வெளையாட்டுப் போட்டியே நடத்தி முடிச்சிறலாம்."

ரெண்டு நாளும் தமிழய்யா கிரவுண்டில் வெற்றிலை எச்சைத் துப்பக்கூட அனுமதியில்லை. ஒவ்வொரு தடவையும் ரோடுவரை போய்த் திரும்பவேண்டியிருந்தது.

ஆண்களுக்கான விளையாட்டுகளை பாண்டியன் கவனித்துக் கொண்டார். போட்டி முடிவுகளைக் குறிக்கவேண்டியது தங்கச்சாமி மனோகரன் பொறுப்பு. தமிழய்யாவும் கிருஷ்ணசாமியும் வாலண்டியர்கள். சகல வேலையும் செய்தார்கள்.

பெண்களுக்கானதை ராஜேஸ்வரி கவனித்துக்கொண்டாள். ருக்மணி ஏனோதானோவென்று உதவி செய்தாள். அவள் ஊருக்குப் போகாமல் இவ்வளவுக்கு வந்ததே பெரிய காரியம். கிராப்ட் வாத்தியார் டிராயிங் மாஸ்டர் கூட இருந்து கவனித்துக்கொண்டார்கள்.

குழந்தைச்சாமி வையாபுரி மாணிக்கம் மூணு பேரும் தனி டிபார்ட்மெண்ட். யாரும் சோர்ந்துவிடாதபடி காபி கொடுத்து கவனித்துக்கொண்டார்கள்.

கடைசியாக வாத்தியார்களுக்கு ரெண்டு அயிட்டம் இருந்தது. ஒண்ணு மியூசிகல் சேர். மற்றது நடை. ரெண்டிலுமே கிருஷ்ணசாமி கலந்துகொண்டதால் பாண்டியன் அறிவித்துவிட்டார்.

“இப்ப நம்ம நடத்தப்போறது ரெண்டாவது மூணாவது பிரைசுக்குத்தான்.”

அதில் எந்த மாற்றமுமில்லை. பாண்டியன் கொடுத்த மராத்தான் பட்டத்தைச் சிரமமின்றித் தக்கவைத்துக்கொண்டார் கிருஷ்ணசாமி.

பாண்டியன் வையாபுரியையும் மாணிக்கத்தையுங்கூட விட்டு வைக்கவில்லை. அவர்களுடன் வீரணனையும் சேர்த்துக்கொண்டு மூணு பேரும் கரண்டியில் எலுமிச்சம் பழம் கொண்டுபோகிற போட்டி வைத்தார். வீரணன் எல்லாரையும் ஆச்சரியப்படுத்தி முதலாவதாக வந்துவிட்டான். மாணிக்கம் ரெண்டாவது. வையாபுரி கடைசி. தமிழய்யா வையாபுரியிடம் கேட்டார்.

“வையாபுரிதான் மொதல்ல வருவீங்கன்னு பாத்தென். பிந்திக்கிட்டீங்களே.”

அவன் மீசையில் மண் ஒட்டாமல் சொன்னான்.

“பின்னாலருந்து பாத்தா நாந்தான் சார் மொதலாவது.”

பாண்டியன் குறுக்கே வந்தார்.

“எலுமிச்சம் பழத்தப் பாத்ததும் ஊறுகா ஞாபகம் வந்துருச்சு அய்யாவுக்கு. ஊமையாருக்கிற வாட்ச்மேன் பிரைசத் தட்டீட்டுப் போயிட்டான். நமக்குக் காதுவரைக்கு வாயிருந்து என்ன செய்ய.”

“சார் அப்படியா நெனச்சுக்கிட்டீக. இனியொரு போட்டி வச்சுப்பாருங்க.”

“ஒண்ணு போதுமா.”

"அது நடக்கட்டும். பெறகு சொல்றென்."

பாண்டியன் உறியடிக்கு ஏற்பாடு செய்தார். வையாபுரி தோரணையாகப் பம்மாத்துப்பண்ணி தோற்றுப்போனான். ஜெயித்தது மாணிக்கம். கண்ணைக் கட்டாததுபோல் நின்று பானையை ஒரே அடியில் அடித்து நொறுக்கிவிட்டு பிரைஸைத் தட்டிக்கொண்டான்.

பிறகும் பாண்டியன் வையாபுரியை விடவில்லை.

"பானையப் பத்தி மாணிக்கத்துக்குத்தான் நல்லாத் தெரியும் இல்லையா. சோத்துப் போட்டி ஒண்ணு வப்பமா."

"அடுத்த வருசம் கதைய வச்சுக்கிருவொம்."

அதுக்குமேல் அவன் நிற்பானா. மூடி முழிக்குமுன் தலை மறைவாகிவிட்டான்.

ஒருவழியாக பாட்டுப் போட்டி முடிந்தது. பையன்களுக்கும் பெண்களுக்கும் தனித்தனியாக நடந்தது. பக்திப் பாட்டு சோகப் பாட்டு காதல் பாட்டு என்று ஒரே கலவை. நோஞ்சாணி பீஞ் சாணிப் பையன்களெல்லாம் அனுபவித்து சொகமாகப் பாடினார்கள். கேட்கச் சந்தோசமாக இருந்தது.

அப்புறம் வில்லுப் பாட்டு ஒத்திகை. பாடல்களை பாண்டியனே கஷ்டப்பட்டு எழுதினார். அவ்வப்போது தமிழய்யாவிடம் எதுகை மோனை சந்தம் பற்றி சந்தேகம் கேட்டுக்கொள்வார்.

நாடகத்துக்கும் ஒத்திகை நடந்தது. கதை வசனம் தமிழய்யா. பாண்டியன் டைரக்ஷன். கதையாவது வசனமாவது. எல்லாம் பேருக்குத்தான். சகல ஏற்பாடும் பாண்டியனே. நாடகத்தில் கதாநாயகன் தங்கச்சாமி. நாயகி மனோகரன். துணைமணி உதவி ராஜேஸ்வரி.

பெண்களுக்கு ஆட்டம் பாட்டு எல்லாம் ராஜேஸ்வரியும் ருக்மணியும் சொல்லிக்கொடுத்தார்கள். பயிற்சி முழுக்க ஹெட் மாஸ்டர் கூட இருந்தார். ருக்மணியுடன் நிறைய பேசிக்கொண்டி ருந்தார்.

ஆண்டு விழா ஏற்பாடு சூடு பிடித்தது. அழகான பந்தல். அலங் காரத்துணிகள். சர விளக்குகள். பாண்டியன் அசத்திவிட்டார்.

விழா நிகழ்ச்சி கோலாகலமாக ஆரம்பித்தது. வாத்தியார் குடும்பங்கள் அத்தனையும் முன்வரிசையில் ஆஜர். பாண்டியன் அய்யாத்துரையின் குடும்பத்தையும் அழைத்து வந்திருந்தார்.

கிராப்ட் வாத்தியார் கொஞ்ச நேரம் பொடியை மறந்து கணீரென்ற குரலில் கடவுள் வாழ்த்துப் பாடினார். எல்லாரும் பிரமித்துப் போனார்கள். குரலில் என்ன சுத்தம் என்ன ஏற்ற இறக்கம்.

மூக்குக்குள்ளேயே முனங்கும் மனுசன் இப்படிக் குரலை எங்குதான் வைத்திருந்தாரோ. அவரது மனைவியும் குழந்தைகளும் அவரைப் புதுசாகப் பார்த்தார்கள்.

ஹெட் மாஸ்டருக்கு வேண்டிய டாக்டர் ஒருவர் சிறப்பு விருந்தினராகக் கலந்துகொண்டார். அவர் உற்சாகமாகப் பரிசுகளை வழங்கினார். கொஞ்சமாகப் பேசினார். அடுத்து கலை நிகழ்ச்சிகள் விறுவிறுப்பாக நடந்தன. இடையில் பையன்கள் லெஸ்ஸிம் டிரில் விளையாடி தூள் கிளப்பினார்கள். வில்லுப் பாட்டும் நாடகமும் கடைசி அயிட்டங்கள்.

வில்லுப் பாட்டில் ஜூனியர் மராத்தான் ரங்கசாமிதான் பிரதானப் பாடகர். உடம்பெங்கும் திருநீறு சந்தனம் பூசி நெற்றியில் பெரிய பொட்டு வைத்து பாகவதர்போல் தோரணையாக இருந்தான். பின்பாட்டுக்கு மூணு பையன்கள். பாண்டியன் கடம். வையாபுரி ஜால்ரா. கிருஷ்ணசாமி உடுக்கு. சுப்பையாதாஸ் கட்டை. நிகழ்ச்சி ஆரம்பத்திலேயே களைகட்டிவிட்டது. ஜூனியர் சரளமாகப் பாடினான்.

“பெரியவரே சிறியவரே

பிரியமுள்ள தாய்மாரே

அனைவருக்கும் வணக்கம் தந்தோம் வாருங்க – வந்து

அமைதியுடன் எங்க பாட்டக் கேளுங்க

நேத்து வந்த சின்னப் பய...”

பாண்டியன் தோதாக எடுத்துக்கொடுத்தார்.

“போடய்யா போடு

அப்படிப் போடு.”

ஜூனியர் விட்ட இடத்தை அனாயசமாகப் பிடித்தான்.

“நேத்து வந்த சின்னப் பய

நீட்டி மொழக்கிப் பாட்டுப் பாட

காத்துவாக்கில் வந்ததத்தான் பாருங்க – நீங்க

கணக்கில்லாம இங்க வந்து கூடுங்க.”

கிருஷ்ணசாமிக்கு சந்தோசம் பிடிபடவில்லை.

“ஓரே ஓரே ஏமிரா. மன கொடுகுதானா இது.”

மனசுக்குள் மெச்சிக்கொண்டே கிறக்கத்தில் உடுக்கைப் பிடித்தார். பின் பாட்டு உச்சத்துக்கு ஏற ஏற அவருக்குத் தோட்டந் துரவு

எல்லாமே மறந்துவிட்டது. வையாபுரி பேயாட்டம் போட்டான். அவன் கையிலிருந்து ஜால்ராத் தாளம் துள்ளித் துள்ளி வந்தது. கடமும் உடுக்கும் கொஞ்ச நேரம் சனங்களைச் சொக்கவைத்து கதைக்குக் கொண்டுவந்தன.

குடும்பக் கட்டுப்பாடுதான் கதை. ஜூனியரும் பாண்டியனும் அதில் கரைகண்டவர்கள்போல் பாட்டும் வசனமுமாக விளாசி னார்கள். அளவில்லாமல் பிள்ளைகளைப் பெற்றுவிட்டு குடும்பத்தில் அவதிப்படும் புருசனின் அங்கலாய்ப்பை ஜூனியர் சொகமான இழுவையில் பாடினான்.

“சின்ன வயசினிலே

சேந்துப்புட்டொம் ரெண்டு பேரும் – நம்ம

சேந்துப்புட்டொம் ரெண்டு பேரும்.

இந்த வயசினிலே ஆத்தாடியம்மா – நம்ம

ஏழு புள்ளப் பெத்துப்புட்டொம் ஆத்தாடியம்மா.”

பாண்டியன் அடுத்த பாட்டுக்கு அச்சாரம்போட்டார்.

“அதுக்கு பொண்டாட்டிக்காரி என்ன சொன்னாளாம்.”

ஜூனியர் குரலைக் கொஞ்சம் மாற்றிக்கொண்டு ராகமெடுத்தான்.

“இன்னியும் எத்தனையோ

என்ன செய்வென் பாதகத்தி – நான்

என்ன செய்வென் பாதகத்தி.

சிறுசுலயே வாக்கப்பட்டு ஆத்தாடி புருசா – நான்

சீரழிஞ்சென் புள்ளையால ஆத்தாடி புருசா.”

வில்லின் சலங்கையும் பெண்களின் கலகலப்பும் சேர்ந்து புதுத்தாளமாகக் கேட்டது. தொண்டையை ஏற்றமுடியாமல் திணறிய சுப்பையாதாஸ் கையை ஓங்கி ஓங்கிக் கட்டைத் தாளமடித்துச் சமாளித்தார்.

நிகழ்ச்சி ஆரம்பித்ததும் தெரியவில்லை. முடிந்ததும் தெரிய வில்லை. அவ்வளவு விறுவிறுப்பு. எல்லாரும் கொஞ்சங்கூடச் சுதி குறையாமல் மங்களம் பாடி முத்தாய்ப்பு வைத்தார்கள்.

அடுத்தது நாடகம். நடிகர்கள் அதிகமில்லை. தங்கச்சாமியும் மனோகரனுந்தான் மெயின். மனோகரனுக்குப் பெண் வேஷம் கனகச்சிதமாக இருந்தது. தமிழய்யா ஒளிந்து ஒளிந்து வசனம் சொல்லிக்கொடுக்கணும். பாண்டியன் விசிலடித்தால் வையாபுரியும் மாணிக்கமும் திரையை இழுக்கணும்.

சின்னக் காதல் கதை. காதலனும் காதலியும் வெவ்வேறு சாதிக்காரர்கள். ரெண்டு பேர் பக்கமும் எதிர்ப்புக் கிளம்பியதால் அவர்களது காதல் கைகூடவில்லை. கடைசியில் ஒரே கத்தியால் குத்திக்கொண்டு மாண்டுபோகிறார்கள்.

தங்கச்சாமியும் மனோகரனும் போட்டி போட்டுக்கொண்டு வசனங்களை வெளுத்துக் கட்டினார்கள். மறந்த பகுதிகளை, தமிழய்யா உடனுக்குடன் எடுத்துக்கொடுத்தார். வசனமில்லாத நடிப்புக் கட்டங்களில் பாண்டியன் உருக்கமாகப் பின்னணி பாடினார்.

நடிப்பு உச்சக்கட்டத்தை எட்டியது. காதலி அழுது புலம்பி காதலனின் இடுப்பிலிருக்கும் கத்தியை உருவி வயிற்றில் குத்திக் கொண்டு மல்லாக்கச் சாயணும். காதலன் நாலு வார்த்தை சோக மாகப் பேசிவிட்டு அதே கத்தியை எடுத்து தானும் குத்திக்கொண்டு விழணும். ரெண்டு பேர் மீதும் சிவப்பு வெளிச்சம் மாறி மாறிப் பாயும். பாண்டியன் சோக கீதம் பாடி முடித்து லேசாக விசிலடிப்பார். உடனே திரையிறங்கும். இதுதான் ஏற்பாடு.

ஆனால், ஒரு சின்னத் தப்பு நடந்துவிட்டது. மனோகரன் வயிற்றில் குத்தியவாக்கில் குப்புறப் படுத்துவிட்டார். கத்தி உள்ளே மாட்டிக்கொண்டது. தங்கச்சாமி பாடு சிக்கல். வசனமெல்லாம் தீர்ந்துவிட்டது. கத்தி கைக்கு வந்தால்தானே கதை முடியும். கடைசி வசனத்தைக் கத்திக் கத்திச் சொன்னார்.

"கண்ணே உன் உயிரைக் குடித்த கத்தி என்மீதும் பாயட்டும். என் உடலும் சாயட்டும்."

தமிழய்யா வேறு குசுகுசுத்தார்.

"ஸ்... கத்திசார்... கத்தி..."

மனோகரனோ எஞ்செவனே என்று நீட்டிப் படுத்துவிட்டார். பாண்டியன் உண்மையிலேயே சோகப் பாட்டுப் பாடினார். வையாபுரிக்கு நிலைமை புரிந்துவிட்டது. திரையை இறக்கி கதையை முடித்துவிடலாமா என்று யோசித்தான். தங்கச்சாமி கீழே விழுந்தாலாவது அப்படிச் செய்யலாம். பாண்டியன் விசிலடிக்காமல் மாணிக்கம் திரையை இறக்கவே மாட்டான்.

தங்கச்சாமிக்கு ஒண்ணுமே ஓடவில்லை. பேந்தப் பேந்த முழித்துக் கொண்டு தமிழய்யாவின் பக்கம் லாந்தியபடி கேட்டார்.

"இப்ப என்ன செய்றது சார்."

தமிழய்யா அவசரமாக வெற்றிலையை மென்று சுறுசுறுப் பேற்றினார். சட்டென்று ஒரு யோசனை வந்தது.

"அலறிக்கிட்டே அவருமேல விழுங்கசார்."

உடனே சுதாரித்துக்கொண்ட தங்கச்சாமி சொந்தத்தில் ஒரு வசனத்தை எடுத்துவிட்டார்.

"என் ஆருயிரே இதோ நீயிருக்கும் இடத்திற்கே நானும் வருகிறேன்."

பெரிய அலறல். மனோகரன்மீது பொத்தென்று விழுந்து பழி தீர்த்துக்கொண்டார்.

பாண்டியனுக்கு இப்போதுதான் உயிர் வந்தது. அதுக்குப் பிறகு சொல்லணுமா. சிவப்பு விளக்கு சுழல விசில் ஊத திரையிறங்க எல்லாம் மளமளவென்று நடந்தது. திரைமறைவில் பாண்டியன் ஓடிவந்து தமிழய்யாவைக் கட்டிப்பிடித்துக்கொண்டார்.

"நல்ல சமயத்துல மானங் காப்பாத்துனீக சார்."

அவர் குரல் ஈரத்தில் தளுதளுத்தது. தமிழய்யா அவரைத் தட்டிக் கொடுத்தார்.

இன்னும் எழுந்திருக்க முடியாமல் அரண்டுபோய்க் கிடந்த மனோகரனை எல்லாரும் எழுப்பினார்கள். அதுக்கப்புறம் நடந்த வாக்குவாதம் கோவதாபங்கள் எல்லாம் திரைமறைவு நாடகம்.

அப்படியெல்லாம் சிரமப்பட்டு நடத்திய ஆண்டு விழாவைப் பார்க்காமல் போய்விட்டாரே ரங்கராஜன். அது நல்ல குணமில்லை.

தமிழய்யா தியானம் முடித்ததுபோல் கண் திறந்தார். இப்போது பாண்டியனும் ரங்கராஜனும் திருணையில் எதிரெதிரே பார்வை சந்திக்காமல் உட்கார்ந்திருந்தார்கள். பாண்டியன் தமிழய்யாவிடம் திரும்பினார்.

"என்ன சார் தெப்பக்கொளத்துக்குள்ள மூச்சடக்குற மாதிரி ஒரேயடியா முங்கிப்போயிட்டீக."

தமிழய்யா வாய்க்குள் வெற்றிலையை உருட்டினார்.

"ஆண்டு விழா ஞாபகம் வந்துருச்சு."

"நானும் அதப் பத்தித்தான் நெனச்சுக்கிட்டுருந்தென்."

ரங்கராஜனிடமிருந்து வார்த்தைகள் வந்தன.

"நானும் யோசிச்சுப்பாத்தென். அப்படிப் போனது தப்புன்னு தோணிச்சு."

தமிழய்யாவும் பாண்டியனும் ரங்கராஜனை ஆச்சரியத்துடன் பார்த்தார்கள். அவர் ரூமுக்கு அப்பால் வானத்தில் உதறித்தெளித்த மேகச் சிதறல்களில் தீவுக் கூட்டங்களைத் தேட ஆரம்பித்தார்.

# 9

சாயங்காலம் வாக்கிங் போகும்போது பாண்டியன் ஜாலியாக இருந்தார். ரோடு நெடுக எக்சசைஸ் செய்துகொண்டே நடந்தார். கூட்டுக்குப் போகும் பறவைகளை எறிந்து கரணமடிக்கவைத்து விரட்டினார். கல்லுக்குக் கல் குறிவைத்து உரசினார். ரெண்டு கல்லும் பாய்ந்து அந்தரத்தில் உராயும்போது ரங்கராஜனுக்கு நெஞ்சு கூசிச் சிலிர்த்தது.

"இப்பப் பாருங்க சார். சூரியன எறிஞ்சு சுக்கு நூறாக்குறென்."

"வேண்டாம் பாண்டியன். அப்புறம் உலகமே இருண்டுபோயிடும்."

"சூரியன் என்னக் கண்டு ஓடி மலைக்குள்ள ஒளிஞ்சு கொஞ்ச நேரத்துல இருட்டாகப் போகுது."

"பாண்டியனுக்குப் பயப்படாம ஏதும் இருக்க முடியுமா."

ரோட்டின் மறுபுறம் தமிழய்யாவும் கிராப்ட் வாத்தியாரும் பேசிக்கொண்டு வந்தார்கள். அவர்கள் சமாச்சாரமே வேறு. குடும்ப விஷயங்களில் முங்கிவிட்டால் லேசுக்குள் வெளியே வரமாட்டார்கள். ஒண்ணுவிடாமல் பேசுவார்கள். பஸ் கனைப்பைக்கூட சட்டை செய்யமாட்டார்கள்.

ரோட்டுக்கு வடக்கே மிளகாய்த் தோட்டத்தில் ஓடி ஓடி தண்ணீர் பாய்ச்சிக்கொண்டிருந்த ஆளைக் காண்பித்தார் ரங்கராஜன்.

"பாண்டியன் பாண்டியன் அது யாருன்னு பாருங்க."

"சாட்சாத் நம்ம மராத்தான் கிருஷ்ணசாமிதான் சார்."

"மனுசன் அதுக்குள்ள மண்வெட்டியத் தூக்கிண்டு வந்துட்டாரே."

“அவருக்கு உண்மையான ஸ்கூல் அதுதான் சார். வெவசாயம்னா உயிர வுடுவாரு. அண்ணைக்குத் தார்ப்பாய்ச்சி தலப்பாக்கட்டி குப்ப வண்டி அடிக்காரு பாருங்க. மாடு பத்துற தோரணையென்ன....”

“குப்பையா.”

“என்ன குப்பன்னு நெனச்சீக. அவ்வளவும் பண்ணிச் சாணி.”

“அட கர்மமே.”

“அவருட்டக் கேட்டா அருமையான சந்தனம்னு சொல்லுவாரு.”

“எடுத்துப் பூசிக்கோன்னு நீங்களே சொல்லுவேளோ.”

“வெவசாயம் பாக்கிறவனுக்குத்தான் அதோட அரும தெரியும் சார். எங்கய்யாகிட்ட கொற சொன்னா அடிக்க வந்துருவாரு. அந்தக் கோவந்தான் எங்க குடும்பத்தக் காப்பாத்தீட்டு வருது.”

மீண்டும் தோட்டத்தைப் பார்த்த ரங்கராஜனுக்கு இன்னுமொரு ஆச்சரியம்.

“தோட்டத்துக்குள்ள வேகமா பை சொமந்துண்டு வர்றது வையாபுரிதானே பாண்டியன்.”

அவந்தான். இன்னேரவரைக்கும் எங்க ஒளிஞ்சு கெடந்தான் திருடன். கனமா குடுத்தனுப்பியிருக்காரு மராத்தான்.”

பாண்டியன் தமிழய்யாவிடம் சைகைசெய்து வையாபுரியைக் காட்டினார். ரங்கராஜன் பாண்டியனிடம் குனிந்தார்.

“என்ன பண்டம்.”

“காய்கறி.”

“எல்லாம் அவனுக்கா.”

“கூப்பிட்டுக் கேப்பொம்.”

ரோட்டு இறக்கத்து ஒற்றையடிப் பாதையில் இறங்கினான் வையாபுரி. பாண்டியன் கைதட்டிக் கூப்பிட்டார்.

பாலத்துச் சுவரில் ரங்கராஜனும் பாண்டியனும் உட்கார்ந்தார்கள். எதிர்ப் பக்கம் தமிழும் கிராப்டும்.

வையாபுரி பாண்டியனிடம் வந்தான். அவர் அவனது வாயைக் கிண்டினார்.

“சாய்ந்தரம் மணியடிச்சிட்டுத்தான் வந்தயா. ஹெட் மாஸ்டர் கௌம்பீட்டா எல்லாரும் ஸ்கூல மறந்துறவேண்டியது.”

“நான் மணியடிக்கையில நீங்க ஆறாம் வகுப்புக்கு முன்னால நின்னீங்களே சார்.”

“திமிரப் பாரு. காளின்னா மூளிங்கான்... ஆமா காய்கறி இவ்வளவும் ஒனக்குத்தானா.”

“எவ்வளவு சார். ஒரு பூசணிக்காய அடியில போட்ருக்கென். பொடப்பாத் தெரியிது. இதப்போயி எட் மாஸ்டருக்குக் குடுப்பாகளா. நம்ம புள்ளைகளுக்கு அவிச்சு பொறிச்சுப் போட்டா திங்கும்.”

“அப்ப அவருக்கு எதக் குடுப்பாக.”

“தக்காளி வெண்டக்கா வெங்காயம்.”

ரங்கராஜன் கவனித்துக்கொண்டிருந்தார். அந்தப் பக்கமிருந்து கிராப்ட் குரல் கொடுத்தார்.

“சார்வாள் எது எப்படி நடந்தா நமக்கென்ன. அவன விடுங்க போகட்டும்.”

வையாபுரி பைக்குள்ளிருந்து பிஞ்சுக் கத்திரிக்காயை எடுத்து காம்பைத் திருகிவிட்டு வாயில் போட்டுக் கடித்தான். பாண்டியன் கிராப்டைப் பார்த்து உரக்கச் சொன்னார்.

“சும்மா தெரிஞ்சுக்கிறதுக்குத்தான் சார். நமக்குக் காய்கறியா கேக்கப்போறொம்.”

ரங்கராஜன் வையாபுரியிடம் கேட்டார்.

“காய்கறிக்கு எவ்வளவு காசு கொடுப்ப.”

“கிட்ணசாமி சாருக்குக் காசு பெரிசில்ல. பையோட போயி நின்னா நீயே நல்லதாப் பறிச்சுக்கோனு சொல்லீருவாரு. அந்தக் கொணம் ஆருக்கும் வராது.”

பாண்டியன் ஆமோதித்தார்.

“வாஸ்தவம். ஓசி குடுக்காரே.”

தின்ற கத்திரிக்காய் விதைகளை நாக்கால் துழாவித் தோண்டி முடித்தான் வையாபுரி.

“அவரு மனசுக்குப் புடிச்சாத்தான் சந்தோசமாச் செய்வாரு. இல்லன்னா மூக்குமுட்டக் கோவம் வரும். எட் மாஸ்டருன்னும் பாக்கமாட்டாரு. ஆருன்னும் பாக்கமாட்டாரு. சாதாரணமா வேட்டியக் கெட்டீட்டு இருக்காருன்னு பாத்தீகளா.”

பாண்டியன் சுதாரிப்படைந்தார்.

"அப்படியா... அவரு கோவத்த நான் பாத்துக்கிட்டதில்லப்பா. ஒனக்கு நல்லாத் தெரியும்."

"சார் நீங்க வாக்கிங் வந்தீகளா என் வாயக் கௌற வந்தீகளா."

வையாபுரி எழுந்திருக்க முயன்றான். பாண்டியன் அவன் தோளைப் பிடித்து இருத்தினார். ரங்கராஜன் சப்போர்ட் பண்ணினார்.

"பாண்டியன் அக்கறையா கேக்கறாரே."

வையாபுரி தலையைச் சொறிந்தான்.

"என்ன சார் நீங்க. போனதப் பத்தியெல்லாம் கேட்டுக்கிட்டு."

"பழைய சரித்திரந்தாம்ப்பா நல்லாருக்கும் கேக்கிறதுக்கு."

"ஏன் புதுக் கத புளிச்சிருச்சா அதுக்குள்ள."

பாண்டியனுக்குத் தர்மசங்கடம். நாக்கை மடித்துக்கொண்டு அவனை அடிக்கப் போனார்.

"இப்ப சொல்லப்போறயா பாலத்துலருந்து ஓடைக்குள்ள தூக்கிப் போடவா."

"சும்மாருங்க சார். நான் புள்ளகுட்டிக்காரன். நான் சொல்ற கதைய கிட்ணசாமி சாருட்டக் கேக்கப்புடாது."

"வையாபுரி சொல்லீட்ட பிறகு மறுபேச்சு உண்டுமா. சத்தியமாக் கேக்கமாட்டென்."

அவன் எச்சுக் கூட்டி விழுங்கிவிட்டு செருமிக்கொண்டான். கையை உயர்த்தி நெளிர்விட்டு சோம்பல் முறித்தான். பாண்டியனுக்கென்றால் கடுப்பு. அடக்கிக்கொண்டார்.

"இந்த எட் மாஸ்டருக்கு முந்தி ஒரு சாமி வந்து போனாரு. என்னேரமும் மழைக்கு ஓடுன மாதிரி நடப்பாரு. பேருகூட வாயிக்குள்ள மொழையாது."

ரங்கராஜன் கேட்டார்.

"விஜயராகவாச்சாரியா."

"அவரேதான். எல்லாருக்கும் எதுமேல கோவம் அவருக்குப் பாலுமேல கோவம். இந்த ஊருல பசும்பாலு நல்லால்லன்னு கோவிச்சுக்கிட்டுப் போயிட்டாரு."

"நல்லால்லன்னா எப்படி."

"ருசியா இல்லையாம். தண்ணியா இருக்குன்னா மாட்டுக்காரனக் கேக்கலாம். இதுக்கு மாட்டத்தான் கேக்கணும்."

பூமணி | 87

பாண்டியன் சொன்னார்.

“அவருக்கு ஒரு ருசி.”

“மனசுக்குப் புடிச்சிக்கிருச்சுனா ருசியாவது ஒண்ணாவது. இப்ப ஒங்களவே எடுத்துக்கங்களேன்...”

“இப்ப கதையச் சொல்லப்போறயா கழுத்துல அடிக்கணுமா.”

“அதுக்கு முந்தி ஒரு சாயிபு இருந்தாரு. ஜின்னா சாயிபு. கரக்டான மனுசன். கரக்ட்னா ரெம்பக் கரக்ட். ஆருக்கும் பயப்பட மாட்டாரு. ஒரு சமயம் பாருங்க.”

ரங்கராஜன் வசமாக உட்கார்ந்தார். பாண்டியன் கொஞ்சம் நெருங்கி வந்தார்.

“ஆகா சொல்லு சொல்லு.”

“பள்ளிக்கூடம் பூரா ஒரே இன்ஸ்பெக்சன் கெடுபிடி. கிரவுண்டச் சுத்தப்படுத்தி வகுப்புகள அலங்கரிச்சு பத்துநாளா அதே வேலதான். எனக்கும் மாணிக்கத்துக்கும் இடுப்புக் கழண்டுபோச்சு. எட் மாஸ்டர் இதையெல்லாம் கண்டுக்கிறவே இல்ல. இந்தச் சாக்குலயாச்சும் பள்ளிக்கூடம் சுத்தமாகட்டும்னு இருந்துக்கிட்டாரு.”

“அலட்டிக்கிறாத மனுசன்.”

“இன்ஸ்பெக்சன் நடந்தண்ணைக்குப் பாக்கணுமே. காலையில மணியடிக்கிறதுக்கு முந்தியே எல்லாரும் வெள்ளையுஞ்சொள்ளையுமா வந்துசேந்துட்டாக. எட் மாஸ்டர் எண்ணைக்கும் போலத்தான். இன்ஸ்பெக்டர் இப்ப வந்துருவாரு. பெறகு வந்துருவாருன்னு எல்லாரும் எலையுங்கொலையுமா எதிர்பாத்துட்ருக்கொம். எட் மாஸ்டர் அதப்பத்தி நெனப்பே இல்லாறவருபோல வேலையக் கவனிச்சுக்கிட்ருக்காரு. இன்ஸ்பெக்டருக்கு ஏதாச்சும் வாங்கி வைக்கணுமா வேணாமான்னு எட்கிளார்க் முழிக்காரு. எட் மாஸ்டருட்ட ஆரு போயிக் கேக்கிறது. இன்ஸ்பெக்சனுக்குனு பணம் வசூல்பண்ணுன சங்கதி வேற அவருக்குத் தெரியாது.”

“அதும் அப்படியா.”

“அதுக்குள்ள இன்ஸ்பெக்டர் வந்து சேந்துட்டாரு.”

“போச்சுடா.”

“வாத்திமாரெல்லாம் ஓடிப் போயி அவர தடபுடலா கூட்டிக்கிட்டு வாறாக. அப்பயும் எட் மாஸ்டர் இருந்த எடத்த வுட்டு எந்திரிக்கல. உக்காந்துக்கிட்டே, வையாபுரி, அய்யாவுக்கு நாற்காலி எடுத்துப் போடுன்னு சத்தங் குடுக்காரு.”

“என்னப்பா சொல்ற.”

“இன்ஸ்பெக்டருக்கு மூஞ்சி சிறுத்துப் போச்சு. ஒரே கடுப்புல கணக்குவழக்கப் பாக்க ஆரம்பிச்சாரு.”

“கவனிப்பிருந்தா கனிவிருக்கும்.”

“ஏதோ ஒரு ரிஜிஸ்தரக் கேட்டாரு. எட் கிளார்க் அத எடுத் துட்டுப் போயி மொதல்ல எட் மாஸ்டருட்டக் குடுத்தாரு. எட் மாஸ்டர் அதத் தொறந்து பாத்தா நடுவுல நூறு ரூவா நோட்டு ஒண்ணு முழிச்சிக்கிட்டுருக்குது.”

எட் கிளார்க் எக்கச்சக்கமா மாட்டிக்கிட்டாரு.

“எட் மாஸ்டர் வேற ஒண்ணுஞ் சொல்லல. சீனிவாசன் பணத்த இரும்புப் பெட்டியலயில்ல வைக்கணும். ஏன் சாவியக் கொண்டுவர மறந்துட்டீகளான்னு மட்டும் கேட்டுக்கிட்டே நோட்ட எடுத்துக் குடுத்துட்டு வெறும் ரிஜிஸ்தர இன்ஸ்பெக்டருட்ட நீட்னாரு.”

“இது அநியாயம்ப்பா.”

“அத்தோட இன்ஸ்பெக்சன் முடிஞ்சது. இன்ஸ்பெக்டர் தடபுடன்னு எந்திரிச்சுக் கௌம்பீட்டாரு. அப்பக்கூட எட் மாஸ்டர் அலட்டிக்கிறல. வையாபுரி அய்யாவ வழியனுப்பீட்டு வந்துருன்னு எங்கிட்ட ஒப்படச்சிட்டு வேலையப் பாக்க ஆரம்பிச்சிட்டாரு. அப்புறம் எட் கிளார்க்குக் கெடச்ச கொடையப் பத்திச் சொல்லுணுமா. பாவம் அழுகாறதுதான் குத்தம். வசூலிச்ச பணத்த எல்லாம் அவசரமா திருப்பிக் குடுத்துட்டு ஓஞ்சுபோயி உக்காந்துட்டாரு.”

“எட் மாஸ்டருன்னா அப்பபடியில்ல இருக்கணும்.”

“எல்லா வாத்தியாருட்டயும் பிரியமா இருந்துக்கிருவாரு. ஆனா கிட்ணசாமி சாருக்கும் அவருக்கும் என்னமோ ஒத்துக்கிறல.”

“அதென்ன சமாச்சாரம்.”

“எந்த வகுப்புல வாத்தியார் இல்லன்னாலும் எட் மாஸ்டர் அங்க போயி பாடம் நடத்துவாரு. வித்தியாசம் பாக்கமாட்டாரு.”

“இந்த எட் மாஸ்டரப்போலன்னு சொல்லு.”

“நீங்க ஏழாம் வகுப்புக்கு மட்டுந்தான போறீக. கிட்ணசாமி சார் எப்ப லீவுபோடுவாருன்னு காத்துட்ருக்கீகளே.”

“ஒனக்கு இம்மி எடங்கெடச்சாப் போதுமே.”

“ஒரு சமயம் கிட்ணசாமி சார் வயித்தோட்டம்னு லீவு போட் டுட்டாரு. அதே நேரம் ஆறாம் வகுப்பு ராசம்மா டீச்சரும் லீவு. அது கத வேற மாதிரி.”

“ராசம்மா கதையா அது என்னதுப்பா.”

“மனுசர வுடமாட்டீகளே.”

“அட சொல்லுப்பா. ஒரு சமாச்சாரத்தத் தொட்டுட்டு விழுங்கினா என்ன அர்த்தம்.”

“அந்தம்மாவுக்குப் புருசன் மிலிட்டரியில இருந்தாரு. இது இங்க தனியா கெடந்துச்சு. வயசும் ஆகிப்போச்சு. ஒங்களப் போல ஒரு டிரில் மாஸ்டர் வந்தாரு. வந்தவரு சும்மாதான இருக்கணும்.”

“என்ன செஞ்சாரு.”

“அவரு மொகத்த போட்டாபுடிச்சு அந்தம்மாட்டக் குடுத்துட்டாரு.”

“அப்புறம்.”

“அந்தம்மா பொஸ்தகத்துக்குள்ள போட்டாவ வச்சு பாடம் நடத்துற சாக்குல பாத்துக்கிட்ருந்துருக்கு.”

“அடிச்சக்க. அவ்வளவு அழகா அவரு மொகம்...”

வையாபுரி அப்பிராணிபோல் இருந்தான்.

“அத அந்தம்மாட்டத்தான் கேக்கணும்.”

அவன் தோளில் பாண்டியன் பொய்க்குத்து விட்டார். ரங்கராஜன் கவனம் சிதறாமல் உட்கார்ந்திருந்தார்.

“போட்டோ வச்சிருந்தாங்க.”

“அது எப்படியோ கீழ வுழுந்திருச்சு. அம்மா அதக் கவனிக்கல.”

“சரியாப்போச்சு.”

“ஒரு பையன் கவனிச்சிட்டான். மெல்லப் போயி எடுத்துப் பாக்கான். பாத்தா டிரில் மாஸ்டர் பரிதாபமா முழிக்காரு.”

“காரியங் கெட்டுப்போச்சே.”

“அனயம் பையங்க பாத்துக்கிட்டாங்க.”

“அடடா.”

“டீச்சரம்மாவுக்கு வெக்கம் ஒரு பக்கம். கோவம் ஒரு பக்கம். போட்டாவப் புடுங்கிக் கிழிச்சுப் போட்டுட்டு அந்தப் பையன அடிச்சிருக்கு. அப்புறம் பாத்தா படுக்காளிப் பயக படுக்காளிப் பயகன்னு வசவோட வசவா அழுதுகிட்டு வருது.”

“பாவம்.”

“மறுநா பள்ளிக்கூடத்துக்கு வரல. லீவு போட்டுருச்சு.”

“இதெல்லாம் ஒனக்கெப்படித் தெரியும்.”

“ஒங்க கதைய நீங்க சொல்லியா தெரியிது. அதப்போலதான்.”

“எங்கிட்ட வம்புக்கு வந்துட்டான் பாரு.”

“அதென்னமோ சார் ஆறாம் வகுப்புக்கும் டிரில் மாஸ்டருக்கும் பொருந்திக்கிருது.”

“எட் மாஸ்டருக்குத் தெரியாதா.”

“எந்த எட் மாஸ்ட்டருக்கு.”

“அதாம்பா ராசம்மா வெவகாரம்.”

“நான் ராசேஸ்வரியம்மா வெவகாரமாக்கும்னு நெனச்சென்.”

ரங்கராஜன் பாண்டியனை அர்த்தத்துடன் பார்த்தார். பாண்டியன் வையாபுரியை முறைத்தார்.

“இந்த எடத்துல ஒனக்குச் சந்தர்ப்பஞ் சரியில்ல. தனியா மாட்டாமயா போயிருவ.”

“மொதல்ல வெசயம் எட் மாஸ்டருக்குத் தெரியாது. டீச்சர் அனயநாளு லீவுங்கவும் எங்கிட்டக் கேட்டாரு. நான் சொல்ல வேண்டியதாப் போச்சு.”

“ஒனக்கெதுக்கு வம்பு.”

“சொல்லலன்னா என்னக் கோவிச்சுக்கிருவாரு. சொன்னதும் பாருங்க ரெம்ப வருத்தப்பட்டாரு. டிரில் மாஸ்டரக் கூப்புட்டு தகப்பன் மாதிரி பேசிக்கிட்டுருந்தாரு. கலியாணம் முடிக்காம எம் மொகத்துல முழிக்கக் கூடாதுன்னு கண்டிப்பாச் சொல்லீட்டாரு. ரெண்டே மாசம். டிரில் மாஸ்டருக்குக் கலியாணம் நடந்துபோச்சு.”

“புத்திசாலித்தனமா நடந்துருக்காரு.”

“ஆரச் சொல்றீக.”

“ஒங்க தாத்தாவச் சொன்னெஎன். டீச்சரம்மா என்னாச்சு.”

“அவங்க வெலாசத்தக் கண்டுபுடிச்சு என்னய அனுப்பி கையோட கூட்டீட்டு வரச்சொன்னாரு. அதும் சந்தோசமா வந்துருச்சு. அதுகிட்ட என்ன பொறுமையாப் பேசுனாரு தெரியுமா.”

ரங்கராஜனுக்கு வெறுப்பு.

“ஒரு குடும்பத்துல இருக்கற பொறுப்பு ஹெட் மாஸ்டருக்கு வேணும்.”

தமிழய்யாவும் கிராப்ட் வாத்தியாரும் எழுந்து மேற்கொண்டு நடந்தார்கள். பாண்டியன் முணுமுணுத்தார்.

"இப்ப இருக்கிறவர் மாதிரி."

வையாபுரி நழுவுவதற்காக எழுந்தான். பாண்டியன் விடவில்லை. அவன் பிணங்கினான்.

"வுடுங்க சார். போயி நாலு கொடம் தண்ணியெடுத்து ஊத்தணும். இல்லன்னா பொண்டாட்டிகிட்ட வாங்கிக்கெட்டி முடியாது."

"புதுசாவா வாங்கிக்கட்டப்போற. இந்த வீரத்துல வாட்டர்மேன அதிகாரம் பண்றதுலமட்டும் கொறச்சலில்ல... அதிருக்கட்டும், சொல்ல வந்த சமாச்சாரத்த அம்போன்னு வுட்டுட்டுப் போனா எப்படி. கிருஷ்ணசாமி லீவு போட்டுட்டாரு. அதுக்கப்புறம்."

"அவர வம்புக்கு இழுத்துட்டீகளா."

"நீ சொன்னதுனாலதான் கேக்கென்."

"ஒரே சமயம் ஆறாம் வகுப்பும் ஏழாம் வகுப்பும் லீவு போட்டாச்சு."

"போட்டாச்சு."

ரங்கராஜன் குறுக்கிட்டார்.

"இன்னொரு கத்தரிக்காயத் தின்னுக்கறயா."

"வேணாம் சார். வாயிலயே கொழம்புவச்சு முடிச்சிட்டா சட்டியில என்னத்தப் போடுறது."

பாண்டியன் கண்களை உருட்டினார்.

"அதெல்லாமில்ல. கொண்டுபோகலன்னா அங்க இவுக சட்டி ஒடையும்."

"அப்படியா நெனச்சுக்கிட்டீக. நாலு புள்ளைகளான பெறகும் நமக்குத் தனிக் கவனிப்பு சார்."

"அந்த வீராப்பு ஒரு பக்கம் இருக்கட்டும். லீவு வெவகாரத்துக்கு வா."

"ஆறுக்கும் ஏழுக்கும் பாடம் நடத்துறது பெரிய சங்கடமாப் போச்சு. எட் மாஸ்டர் அடிக்கடி பாடம் நடத்துவாரு. மத்த வாத்தி மாரவும் போகச் சொல்லுவாரு. அடிப்பட நல்லா இல்லன்னா ஒயர வரவர ஆட்டங் கண்டுரும்னு சொல்லி ரெண்டு வகுப்பவும் நல்லாக் கவனிச்சுக்கிருவாரு."

"சரி."

"கிட்ணசாமி சார் ஒரு வாரமா லீவுங்கவும் ஒரு நா என்னயக் கூப்புட்டு அவரு வீட்டுக்குக் கூட்டீட்டுப் போகச்சொன்னாரு."

"அங்கயும் சிக்கலுதானா."

"வயித்தோட்டம்னா கடுமையா இருக்குமோ என்னமோன்னு பாத்துட்டு வரலாமேன்னு நெனப்பு."

"நல்ல நெனப்புத்தான்."

"நாங்க அவரு வீட்டுக்குப் போறொம். போனா அங்க தொழுவுச் சொவருக்கு மண்ணுவச்சிக்கிட்ருக்காக. பழைய சொவருமேல நின்னுக்கிட்டு ஒரு ஆளு மண்ண வாங்கி வாங்கி எறிஞ்சு அடிச்சுச் சேக்குது மும்மரமா."

"ஆருப்பா அது."

"வேற ஆரு நம்ம கிட்ணசாமி சாருதான்."

"மராத்தான் மண்ணாத்தானாயிட்டாரா."

"அவரு பையன் மண்ணக் கொழச்சு உருட்டி எறிய அவரு புடிக்க வேலச்சூட்டிகையில எங்களக் கவனிக்கல. எனக்கு என்ன செய்றதுன்னு தெரியல. ரெண்டு செருமல் வுட்டென். கண்டுக் கிட்டாரு. அவ்வளவுதான் தெகச்சுப்போயி பதினெட்டாம்படி கருப்பசாமி மாதிரி சொவருமேல இருந்துக்கிட்டு முழிச்சாரு."

"எக்கச்சக்கமா மாட்டிக்கிட்டாரே."

"எட் மாஸ்டர் வேற ஒண்ணும் பேசல. வயித்தோட்டம் எப்படியிருக்கு. ஒடம்ப நல்லாக் கவனிச்சிக்கிறணும். கடுமையா வேல செய்யாம ரெஸ்ட் எடுக்கணும்னு சொல்லீட்டு அப்படியே திரும்பீட்டாரு. கிட்ணசாமி சார் கீழ எறங்கி அங்க இங்க நகராமல் பாத்துக்கிட்டே நிக்காரு."

"அந்த நேரத்துல என்ன செய்யமுடியும்."

"நாங்க இப்படி வந்துட்டுப் போனது அவருக்குப் புடிக்கல. கொணமே மாறிப்போச்சு."

"தப்பா நெனச்சுக்கிட்டாரு போலருக்கு."

"மறுநா வந்ததே சரின்னு என்னோட மோதுனாரு. நான் ஒண்ணுந் தெரியாதுன்னு கைய விரிச்சிட்டென். எட் மாஸ்டரோட தகராறு. என் வீடு தேடி எப்படி வரப்போச்சு. நான் திருட்டுத்தனமா பண்ணுனென். பெரிய யோக்கியன்போல வீட்டுக்கு வந்துட்டீரேன்னு கண்டபடி பேசீட்டாரு."

பூமணி | 93

“கிருஷ்ணசாமியா.”

“வெளிய ரெண்டு பேரு முள்ளிவுட்ருக்காக. எப்படி. அவருக்கு அம்புட்டுத் துமுரான்னு. இவருக்கு மண்டைக்கு ஏறிக்கிருச்சு.”

“அவரப் புடிச்ச கெட்ட நேரம்.”

“எட் மாஸ்டர் எவ்வளவோ நல்லவார்த்த சொல்லிப்பாத்தாரு. கேக்கல. ஆறாம் வகுப்பக் கவனிக்கச் சொன்னா கவனிக்கிறதில்ல. தகராறு முத்திக்கிருச்சு. எட் மாஸ்டர் பொறுத்துப்பாத்தாரு. நெலம சரியாகல. என்ன செய்றது. மேல எழுதி அனுப்பீட்டாரு.”

“வேற வழியில்லயே.”

“எழுதின பதினஞ்சாம் பக்கம் கிட்ணசாமி சாருக்கு உத்தரவு வருது. சங்கரன்கோயிலுக்குப் பக்கம் தூக்கியடிச்சான்.”

“இந்தத் தொந்தரவு எதுக்கு.”

“மறுநா பாருங்க விடிஞ்சும் விடியாம கிட்ணசாமி சார் கௌம்பி வந்து எட் மாஸ்டர் நாற்காலியில உக்காந்துக்கிட்டாரு.”

“அய்யய்யோ இதென்ன கூத்து.”

“அவரு மொகத்துல கோவம் துடிக்குது. நான் போயி இது ஒங்களுக்கு நல்லால்லன்னு சொன்னென். ஒஞ் சோலியப் பாத்துட்டுப் போ... அந்தப் பய வரட்டும் ரெண்டுல ஒண்ணு பாத்துட்டுத்தான் போவன்னு அருமுறுக்குராரு. எனக்கு மனசு திக்திக்னு அடிச்சுக்கிருது. பையங்க ஆரும் ஆபீசுக்குள்ள வந்து பாத்துறாம ஆபீஸ் வாசல்ல நிக்கென்.”

“பாவி மனுசன் கெடுத்தாரே.”

“எட் கிளார்க் குட்டிபோட்ட பூன மாதிரி நடமாடுறாரு. அட்டெண்டர் எட்டி எட்டிப் பாக்காரு. எட் மாஸ்டர் தளவாய்புரத்துலருந்து எட்டர மணிக்கு வருவாரு. பஸ்டாண்டுக்குப் போயிக் கூட்டீட்டு வரணும். வந்தா என்னாகுமோன்னு பயம்.”

“மத்த டீச்சர்ஸ் என்ன செஞ்சாக.”

“வந்து வந்து பாத்துட்டு குசுகுசுன்னு பேசிக்கிறாக.”

“நல்ல மனுசங்கப்பா.”

“சரி நடந்தபடி நடக்கட்டும்னு மாணிக்கத்த நிக்கச் சொல்லீட்டு பஸ்டாண்டுக்குப் போனென். காரு வாற நேரம் ஆக ஆக மனசு கெடந்து ஒளையிது... காரு வருது. எண்ணைக்கும்போல அவரு சிரிச்ச மொகத்தோட எறங்குறாரு. பைய வாங்கிக்கிறென்.”

வையாபுரி காலைத் தொங்கப்போட்டான். ரங்கராஜன் கேட்டார்.

“ஸ்கூலுக்கு வரேளா.”

“வாறொம். கொஞ்ச தூரம் வந்ததும் இண்ணைக்கு லீவு போடுங்கய்யா, பள்ளிக்கூடத்துல இருக்கிற நெலம சரியில்லன்னு சொல்றென். அவரு பேசல. என்னப் பாக்காரு. நான் வெசயத்தைச் சொல்றென். அதுக்கும் சிரிப்புத்தான். அப்படியா, அவருக்கு எஞ்சீட்ல உக்காரணும்னு ஆசபோலருக்கு. சரி வா போவம்னு கெழக்க திரும்பி நடக்காரு.”

பாண்டியன் சிக்கலாகப் பார்த்தார்.

“ஸ்கூல் வடக்கல்ல இருக்கு.”

“போலீஸ்டேசனுக்கு.”

“பெரிய வம்புதான்.”

“அவுட்போஸ்ட்ல ஏட்டு இருந்தாரு. எனக்குப் போலீஸ்டேசன வள்ளிசாப் புடிக்காது. அந்தப் பக்கம் எட்டிக்கூடப் பாக்கமாட்டென்.”

“ஏன் எண்ணைக்காச்சும் எக்கச்சக்கமா அவுககிட்ட மாட்டிக் கிட்டயா.”

“நான் எதுக்கு மாட்றென். முன்னால ஒரு மகாராசன் ஏட்டா இருந்தான். அவன் செஞ்ச அட்டகாசத்த நெனச்சா கோவங்கோவமா வரும். பாவி மனுசன் அநியாயமா ஒருத்தனக் கொன்னுட்டான். கடசிக்கு அவன் புழுவரிச்சுத்தான் சாவான்.”

“நீ சொல்றதப் பாத்தா அவருக்கும் ஒரு பெரிய கதையிருக்கும் போலருக்கு.”

வையாபுரி தப்புச் செய்துவிட்டதுபோல் முழித்தான். இதைப் போய் இந்த நேரத்தில் ஏன் சொன்னோம் என்றிருந்தது.

“ஊரூருக்கு நடக்கிற கததான். நமக்கெதுக்கு வம்பு.”

பாண்டியன் புரிந்துகொண்டார். இனியும் துளைத்துக் கேட்டால் அவ்வளவுதான். எட் மாஸ்டர் கதையையும் விழுங்கி ஏப்பமிட்டு விடுவான்.

“அது கெடக்கட்டும் வுடு. பெறகு பாத்துக்கிறலாம். ஒங்க வம்பச் சொல்லு.”

வையாபுரிக்கு பெரிய கண்டத்திலிருந்து தப்பிய நிம்மதி. சகஜத்துக்கு வந்து கதையை விட்ட இடத்திலிருந்து தொடர்ந்தான்.

“எட் மாஸ்டர் உக்காந்து ஏட்டுகிட்ட சமாச்சாரத்தச் சொல்றாரு. ஏட்டு கம்ப்ளெய்ன்ட் எழுதிக் கேக்காரு. அதெல்லாம் வேணாம்.

என்னோட வாங்கன்னு ஏட்டக் கூட்டீட்டு சாதாரணமா பேசிக்கிட்டே வாறாரு."

ரங்கராஜன் நிமிர்ந்து உட்கார்ந்தார்.

"வந்துட்டேளா."

"மூணு பேரும் பள்ளிக்கூடத்துக்கு வாறொம். வகுப்பு வாசல்ல வாத்திமாரும் பையங்களுமா வேடிக்க பாக்காக. எட் மாஸ்டரத் தடுத்து நிறுத்தீட்டு ஏட்டு உள்ள போறாரு. நான் ஈரக்கொலையக் கையில ஏந்தீட்டு அவருக்குப் பின்னால ஓடுறென். கிட்ணசாமி சார் காலுமேல காலுபோட்டு ஜம்முனு உக்காந்துருக்காரு. ஏட்டு கடுமையா ரெண்டு வார்த்த பேசுனாரு. எந்திரிக்கலன்னா சங்கடம் வந்துசேரும்னு சொல்லி வெளிய அனுப்பீட்டாரு. கிட்ணசாமிசார் ஒண்ணும் பேசல. வெளிய வந்து எட் மாஸ்டர ஒரு மொறப்பு மொறச்சிட்டு வகுப்புக்குப் போயிட்டாரு."

பாண்டியன் பெருமூச்சு விட்டார்.

"நல்ல வேளையாப் போச்சு."

"எட் மாஸ்டர் ஏட்டப் பாத்துச் சிரிச்சு அனுப்பிவச்சிட்டு வாசல்ல ஏறி மொகத்தத் தொடச்சபடி வாட்டர் மேனக் கூப் புட்டாரு, மாணிக்கம், ரூமுக்குள்ள தூசியப் பெருக்குன்னு."

"எட் மாஸ்டரும் கோவப்பட்டுருந்தா கத என்னாகியிருக்கும்."

"கிட்ணசாமி சார் அத யோசிக்கல."

"கஸ்டத்த ஏன் வெலைக்கு வாங்கணும்."

"இங்க மாத்தீட்டு வாறதுக்கு எவ்வளவோ அலஞ்சு பாத்தாரு. முடியல. ரெண்டு மாசம் லீவு போட்டாரு. ஒண்ணும் ஓடல. தோட்டத்துல வெள்ளாம நேரம். இவருல்லன்னா காஞ்சுபோகும். பாடுபட்டது வீணாயிரும். தோட்டத்தக் கவனிப்பாரா பள்ளிக் கூடத்துக்கு அலைவாரா. ஆளூ ரெம்ப ஓடஞ்சுபோயிட்டாரு."

"அட பாவமே."

"அவரு தோட்டத்துல தண்ணி பாச்சீட்டு அலையிறத எட் மாஸ்டர் ஒரு நா கவனிச்சிருக்காரு. பள்ளிக்கூடத்துக்கு வந்ததும் அவரக் கூட்டீட்டு வரச்சொல்லி என்னைய அனுப்புனாரு."

"மறுபடியும் மோதிக்கிறவா."

"நான் போனெென். அவரு ஒண்ணும் பேசல. நான் நல்ல வார்த்த சொல்லி கொண்டுவந்து சேத்துட்டென். ரெண்டு பேரும் மதியவரைக்கும் பேசிக்கிட்ருந்தாங்க."

“ஆச்சரியந்தான்.”

“அதுமட்டுமில்ல. எட் மாஸ்டரே நேருல போயி மேலாவுல சொல்லி ஆடர ரத்து செய்யவச்சாரு. அதுக்குப் பெறகு ரெண்டு பேருக்கும் நல்ல செனேகிதமாப் போச்சு.”

“அடிச்சக்க.”

“அஞ்சாரு மாசங் கழிச்சு வேற ஒரு உத்தரவு வந்துச்சு.”

“அதென்ன புதுசா.”

“எட் மாஸ்டர மாத்தீட்டாக.”

“அடடா.”

“கிட்ணசாமி சாருக்கு ரெம்ப வருத்தம். மனு தயாரிச்சு ஊருக்குள்ள ரெம்பப் பேருட்ட கையெழுத்து வாங்கி மாத்தக்கூடாதுன்னு மேல அனுப்புனாரு.”

“அப்புறம்.”

“ஒண்ணும் ஆகல. எட் மாஸ்டர் தானா கேட்டு வாங்கின உத்தரவாச்சே. அவரு மாத்திப்போன அண்ணைக்கு கிட்ணசாமி சாருக்கு கண்ணீரு வந்துருச்சு. கூடவே போயி வழியனுப்பிவச்சாரு. ராசம்மா டீச்சர் கையெடுத்துக் கும்புடுது. டிரில் மாஸ்டர் கடசிவரைக்கும் இருந்து வழியனுப்பீட்டுத் திரும்பினாரு.”

பாண்டியன் சலித்துக்கொண்டார்.

“அப்படி நல்ல மனுசன் இருந்த காலமும் போச்சு.”

“நல்ல மனுசன்னா ஒரு வெதத்துலயா. ஆடம்பரங் கெடையாது. ஒரு வாரத்துக்கு சட்டத்துணி மாத்தமாட்டாரு. இப்ப இருக்கிறவரு என்னன்னா நாளைக்கொண்ணு போடுறாரு. வீடு கிட்டத்துலருந்தா காலையில ஒண்ணு மதியம் ஒண்ணு போட்டாலும் போடுவாரு. துணியில அழுக்கு ஒட்டியிருக்கான்னு பாக்கவே நேரங்காண மாட்டங்குது. கூரப் பள்ளிக்கூடத்துல ஏழாம் வகுப்புல உக்கார முடியுமா. ஆருட்டச் சொல்றது. பணமிருக்கு எல்லாம் பண்ணச்சொல்லுது… நமக்கெதுக்கு இதெல்லாம். ஆள வுடுங்க சார். காலாகாலத்துல வீடு போயிச் சேரணும்.”

வையாபுரி கிளம்பினான். ரங்கராஜன் பாடம்போல் ஒப்பித்தார்.

“சுத்தம் சுகம் தரும்.”

பாண்டியன் விடுவதாக இல்லை.

“அந்த ஏட்ட நடுத்தெருவுல நிறுத்தீட்டுக் கம்பிய நீட்னா எப்படி.”

“என்னயக் கம்பியெண்ணவைக்கிறதுன்னு முடிவு பண்ணீட்டீக.”

“வேய் இரு நாங்களும் கூட வாறொம்.”

“நீங்க பின்னால போறதுக்கு வேற ஆளு இருக்கு சார்.”

ரங்கராஜன் கலகலத்தார்.

“நீ சொன்னது கரெக்ட்.”

பாண்டியனுக்கு ஒரு சந்தேகம் பாக்கியிருந்தது.

“அந்த ராசம்மா டீச்சர் என்ன ஆனாங்க.”

“அதப் பத்தி ஒங்களுக்கென்ன கவல.”

“சும்மா தெரிஞ்சிக்கிறத்தான்.”

“புருசன் மிலிட்ரியில வேலைய எழுதிக்குடுத்துட்டு வந்துட்டாரு. அம்மா மேலக் கடசிக்கும் டிரில் மாஸ்டரய்யா கீழக் கடசிக்கும் மாத்திப் போயிட்டாக. போதுமா.”

“அப்ப ஏட்டப் பத்தி வாயி தொறக்கமாட்டயாக்கும். ஒனக்கும் அவருக்கும் என்னமோ இருக்கு.”

“நீங்க ஒருத்தர் போதும். வேற வெனையே வேணாம்.”

“எண்ணைக்காச்சும் எங்கிட்ட வசமா மாட்டத்தான் போற.”

தப்பித்து ஓடிய வையாபுரி ரோட்டுக்குக் கீழே நின்று திரும்பிப் பார்த்தான்.

“எப்ப சார் கலியாணச் சாப்பாடு போடப்போறீக.”

ரங்கராஜன் முந்திக்கொண்டார்.

“யாரக் கேக்கிற வையாபுரி.”

“ரெண்டு பேரவுந்தான்.”

பாண்டியன் ரங்கராஜனைப் பார்த்தார். ரங்கராஜன் பதிலுக்குப் பார்த்தார். வையாபுரி அதுக்குமேல் நிற்கவில்லை.

இருட்டு முற்ற ஆரம்பித்திருந்தது. ரங்கராஜனும் பாண்டியனும் எழுந்து மங்கிய ரோட்டில் மெல்ல நடந்தார்கள். ரங்கராஜன் சொன்னார்.

“பாண்டியன் தமிழய்யாவக் கைவிட்டுட்டேளே.”

அவர்கள் நின்று திரும்பிப் பார்த்தபோது தமிழய்யாவும் கிராப்ட் வாத்தியாரும் நிதானமாகத் திரும்பிக்கொண்டிருந்தார்கள்.

# 10

“என்னவே வெறும் பானையத் தூக்கீட்டு விசுக் விசுக்னு போற. நாங்கெல்லாம் இருக்கிறது கண்ணு தெரியலயா.”

ரூமைக் கடந்துபோன மாணிக்கத்தைக் கூப்பிட்டார் பாண்டியன். அவன் வந்து தலைப்பாவை அவுத்து உச்சந்தலையைத் தடவினான். தண்ணீர் சுமக்கத் தோதானதுபோல் சும்மாட்டுப் பொட்டல் விழுந்திருந்தது.

“தனியா உக்காந்துட்டீகளே. அய்யாவும் சாமியும் எங்க போயிருக்காக.”

“ஒன்னத் தேடித்தான்.”

“என்னத் தேடி எதுக்குப் போனாக.”

“தமிழய்யாவுக்கு வெத்தல போட்டு விக்கிக்கிருச்சு. குடிக்கிறதுக்குத் தண்ணியில்லன்னு தெணறிப்போயிட்டாரு. ஒனக்கு நாங்க முக்கியமா என்ன.”

“ஒங்களுக்குத்தான் ஒரு பான தண்ணி கொண்டுவந்து வச்சிறலாம்னு போனென்.”

“அம்மாவுக்கு எடுத்து ஊத்தி முடிஞ்சதா. அத்தன தண்ணியவும் என்னதான் செய்றாகளாம் டீச்சரம்மா.”

“தண்ணி ரெம்பச் செலவழிப்பாக.”

“ஆமாமா செலவழிக்கவேண்டியதுதான். தான் கஸ்டப்பட்டுச் சொமந்தாத் தெரியும். ஸ்கூல்ல குடிக்கிறதுக்குத் தண்ணி இருக்குதோ இல்லையோ அங்க மட்டும் கொறஞ்சிறக்கூடாது. இது மேலிடத்து உத்தரவு. அப்பபடித்தான.”

“ஒங்களுக்குத் தெரியாறதவா சொல்லீறப்போறென்.”

“வேய் வாட்டர்மேன்னா தண்ணியக் குடிச்சிட்டுத்தான் கெடக்கணுமா. சோறு சாப்பிடக்கூடாதா. வயிறு ஏன் எக்கிப் போயிருக்கு. உள்ள கொடலுருந்தா கருவாடாக் காஞ்சுபோயிரும்.”

அவன் விட்டுக்கொடுக்கவில்லை.

“மூணு நேரமும் ஜம்முனு சாப்புடுவென் சார்.”

“மூஞ்சியப் பாத்தாலே தெரியிது. ஆமா இப்படி ஓடி ஓடிச் சொமக்கயே அதுல ஏதாச்சும் ஆதாயம் உண்டா. செலவுக்குக் காசு கெடைக்குமா.”

“நான் சொமக்கிறதோட சரி சார். ஆதாயத்தத் தேடி அள்ளிக் கெட்டீட்டா போகப்போறெம். வாற சம்பளத்துல வயித்துமொற கழிஞ்சாப் போதும்.”

“ஊருக்கு ஒழைக்கிற உத்தமனாச்சே நீ எத்தன கொழந்தைக ஒனக்கு.”

“ரெண்டு பொண்ணு ஒரு பையன்.”

“படிக்கவச்சிருக்கயா.”

“வேதக்கோயில் பள்ளிக்கூடத்துல படிக்காக மூணு பேரும். அதுகளக் கரையேத்தீறணும்னு வீட்டுக்காரிக்கு ஒரே வைராக்கியம்.”

“தாயில்லாப் புள்ளைகளே தவிச்சுத் தவிச்சுப் படிச்சு முன் னேறிக்கிறாக. ஒங் கொழந்தைக குடுத்துவச்சதுக.”

“எங்க சொரணமும் சும்மாருக்கமாட்டா. கெடைக்கிற வேலைக்குப் போயிருவா. ஆடு மாடு கோழின்னு எதாச்சும் வளத்து கையில காசு பாத்துக்கிட்டே இருப்பா. அவ ஒத்தாசன இல்லன்னா வண்டி படுத்துக்கிரும். என்னமோ கர்த்தர் கிருபையால நாங்களும் நம்பிக்கையோட இருக்கொம்.”

“நீ வேதக்காரனா.”

“நாலஞ்சு தலைமொறைக்கு முந்தியே எங்க குடும்பம் வேதத்துக்கு மாறியிருச்சு.”

“கோயிலுக்குப் போவயா.”

“கலியாணத்துக்கு முந்தி வாரந் தவறாமப் போவென். அதுக்குப் பெறகு அவ்வளவாப் போறதில்ல.”

“ஏன் போகவேண்டியதுதான. கொஞ்ச நேரம் அமைதியா உக்காந்துட்டு வந்தா மனசுக்கு நிம்மதியாயிருக்குமில்லையா.”

“என்ன சார் நிம்மதி. ஊரு ஒலகத்துல நடக்கிற கொடுமைய நெனச்சா கோயிலுக்குப் போகவா தோணுது.”

“அப்படியென்ன பெரிய கொடுமையப் பாத்துட்ட.”

“அத ஏன் கேக்கீக. ஒரு சமயம் என் வீட்டுக்காரி தாலியறுத்துட்டு ரெண்டு புள்ளீகளோட நடுத்தெருவுல நிக்கையில நாதிக்கு ஆரு வந்தாக. அவள அறுதலியாக்குன மனுசன எவனாச்சும் தட்டிக்கேட்டானா.”

“வேய் கொஞ்சம் நிறுத்து. என்ன ஒளறிக்கொட்ற. வீட்டுக் காரின்னு சொல்ற தாலியறுத்ததுன்னு சொல்ற.”

“இதுல ஒளறுறதுக்கு என்னருக்கு சார். நெசத்தத்தான் சொன்னென்.”

பாண்டியன் தலையைப் பிய்த்துக்கொண்டார்.

“நெசமா.”

“அவ ஏற்கெனவே கலியாணமாகி தாலியறுத்துட்டுத்தான் எங்கிட்ட வந்தா.”

“அப்படியா சமாச்சாரம். இப்படி வந்து உக்காரு.”

“இருக்கட்டும் சார். வேல மெனக்கிட்டுப் போகும்.”

“இப்ப உக்காரப்போறயா கழுத்தப் புடிச்சு உக்கார வைக்கணுமா.”

“அப்ப ஒங்களுக்குத் தண்ணி வேணாமா.”

“கொஞ்ச நேரம் தண்ணியில்லன்னா செத்தா போவாக.”

அவன் பாண்டியன் அருகில் உட்கார்ந்துகொண்டான். அவர் அவனை மரியாதையாகப் பார்த்தார்.

“ஏன் சார் அப்படிப் பாக்கீக.”

“இண்ணைக்குத்தான் மாணிக்கத்தப் பாத்துருக்கென்.”

“இத்தன நாளா பாத்த மூஞ்சி வேறயா.”

“அது வாட்டர் மேனோட மூஞ்சி.”

“என்னென்னமொ சொல்றீக.”

“ஆமா ஒன் வீட்டுக்காரிய மொதப்புருசன் கைவுட்டுட்டானா.”

“அப்படின்னாக்கூட மனசு ஆறீருமே.”

“வேற எப்படி.”

“அவன் ஒரு வாயில்லாப் பூச்சி. வெறகுக் கடையில வேல செஞ்சான். காலையில கோடாலியுங்கையுமா கெளம்புனா

பொழுதடஞ்சுதான் வீடு திரும்புவான். பகல் முழுக்க மாங்கு மாங்குன்னு வெறகு ஓடப்பான். அவன் முக்கி மொனங்குற சத்தம் ரோட்டுல போறவுகளுக்குக் கேக்கும். பேரு முத்துவீரன். எங்கவீட்டுக்கு நாலு வீடு தள்ளித்தான் குடியிருந்தாக. சின்னதுஞ் சிறிசுமா ரெண்டு பொட்டப்புள்ளீக. எங்க சொரணம் ஆருட்டயும் வம்புதும்புக்குப் போகமாட்டா."

"அப்படிப்பட்டவுகளுக்கா வம்பு வந்துருச்சு."

"எங்க தெருவுக்கு அடுத்த தெருவுல மாடசாமின்னு ஒரு களவாணிச் சண்டீரு இருந்தான்."

"அதென்ன சண்டீருல சண்டீரு களவாணிச் சண்டீரு."

"பொதுவா களவாணின்னா களவாங்கயில கண்டுக்கிட்டா தப்பிச்சுத்தான் ஓடுவான்."

"ஆமா."

"அவன் அப்படியில்ல. அப்படித்தான் களவாம்பென் அதுக்கு என்ன செய்யப்போறன்னு எதுத்து அடிக்க வருவான்."

"அம்புட்டுக் கொழுப்பா."

"கண்ணுக்கு முன்னால ஒரு கோழிக்குஞ்சு தட்டுப்பட்றக்கூடாது. புடிச்சு வறட்டி சாராயங் குடிச்சிருவான். களவாங்காற பொருளில்ல. மகாலிங்கபுரம் சந்தைக்குப் போனா சொமக்க முடியாம சரக்கு வந்து எறங்கும். வீட்ல எல்லாரும் முத்துச்செல்லங் கொழிப்பாக."

"அவனத் தட்டிக்கேக்கிறதுக்கு யாருமில்லையா"

"தட்டிக்கேக்க வேண்டிய மகராசங்க அத்தன பேரும் அவனுக்குக் கூட்டாளிக. போலீஸ்காரங்களத்தான் சொல்றென்."

"அப்பச் சரி."

"போலீஸ்டேசன் அவனுக்கு மாமியார் வீடு. ஆரும் போயி அவனப்பத்தி பெராது குடுத்தா, அப்படியா, அவனப் புடிச்சிட்டு வந்து நொறுக்குறென் பாரு அல்லக்காபுல்லக்கான்னு அருமுறுக்கீட்டுப் போவாக. அவனக் கூட்டீட்டு வந்து ரெண்டு மூணு நாளைக்கு உள்ள வச்சிருப்பாக. பெறகு வுட்ருவாக. அவன் நல்லாத் தின்னுட்டு கெழங்குமாதிரி வெளிய வருவான். அதுலயும் அந்த நாராயணசாமி ஏட்டு இருக்காரே அவரு அவனோட பேச்சுப்பழக்கம் போடுறதப் பாத்தா மாமன் மச்சான் தோத்துருவான்."

"யாரு இப்ப இருக்கிறவரா."

"இவரு நல்ல மனுசனாச்சே. அந்தப் புண்ணியவாளன் மாத்திப்போயி நாளாச்சு."

"அதான பாத்தென்"

"ஒரு நா பாருங்க மாடசாமி காலையிலயே வெறும் வயித்துல சாராயத்தப் போட்டுட்டு அடாவடித்தனம் பண்ணீருக்கான். நெல கொள்ளமுடியல. வாயில போடுறதுக்கு எர கெடைக்கல. கையில காசுமில்ல. வேற எங்கயாச்சும் பறிச்சுப் புடுங்கலாம்னு வெறகுக் கடைக்குள்ள மொழஞ்சிருக்கான்."

"போயும் போயும் வெறகுக் கடதானா கெடச்சது."

"அந்த நேரம் பாத்து கடக்காரரு வெளிய போயிருந்துருக்காரு. அவன் ஆய்பூய்னு வெரட்டீருக்கான். வெறகு ஒடச்சுக்கிட்டுருந்த முத்து வீரனுக்கு கையும் ஓடல காலும் ஓடல. கோடாலியச் சாத்திவச்சுட்டு அப்படியே நின்னுட்டான்."

"பெறகு என்ன நடந்தது."

"அவன் வல்ரூட்டியாப் போயி கல்லாவுல பணம் எடுத்துருக்கான்."

"அடப் பாவி."

"இவனுக்கு மனசு கேக்கல. மொதலாளி வரட்டும் வாங்கீட்டுப் போன்னு சொல்லிப்பாத்துருக்கான். அப்பவும் கேக்கல. அவன் வெறகுக் கட்டைய எடுத்துட்டு வந்து நீயென்னடா கேக்கப்போச்சு கூலிக்கு ஒழைக்கிற நாயேன்னு ஒரு அடி அடிச்சிட்டான்."

"இவன் சும்மாவா இருந்தான்."

"அடிய வாங்கீட்டு பெறகும் நல்ல வார்த்த சொல்லிப்பாத் துருக்கான். குடிகாரன் மடங்குற மாதிரி தெரியல. மறுபடி மறுபடி அடிச்சிருக்கான். எவ்வளவுதான் பொறுமசாலியாருந்தாலும் ஒரு மனுசனால அநியாயமா எத்தன அடியத்தான் தாங்கமுடியும்."

"இவனும் பதிலுக்கு அடிக்க ஆரம்பிச்சிட்டானா."

"அதெல்லாமில்ல. லேசா கையப் புடிச்சுத் தள்ளியிருக்கான். குடிபோதையில தாமரிக்கமுடியாம அவன் கீழ வுழுந்துட்டான். பெறகென்ன அவன் இவனத் தள்ள இவன் அவனத் தள்ள ரெண்டு பேரும். கைகலக்க ஆரம்பிச்சிட்டாக. வெலகிவுடுறதுக்கு ஒரு சுடுகுஞ் சிகூட இல்ல."

"கடக்காரனாச்சும் வந்து தொலச்சிருக்கப்புடாதா."

"வெறகுக்குள்ள அவுக அடிச்சுப் பெரண்டு உருண்டுகிட்டுக் கெடக்கயில திடீர்னு காட்டுத்தனமா ஒரு அலறல் கேட்டுச்சு."

"யாரு அலறுனது."

“குடிகாரந்தான். அலறல் கொஞ்சங் கொஞ்சமா அடங்கி சண்டையும் ஓஞ்சிருச்சி.”

“என்னாச்சு.”

“சாத்தியிருந்த கோடாலிமேல மாடசாமி பெரண்டு வுழுந்து தொண்டயத் தறிச்சிருச்சு. கோயிலுக்கு வெட்டுன கெடாமாதிரி துள்ளித் துடிச்சு அடங்கீட்டான். முத்துவீரனுக்குன்னா மூஞ்சி மொகறையெல்லாம் ரத்தம். பயத்துல என்னென்னமோ ஒளறிக்கிட்டு நேர போலீஸ்டேசனுக்கு ஓடீட்டான்.”

“பாவி கெடுத்தானே.”

“நடந்த கத அம்புட்டும் சொல்லீட்டான். சொல்லி என்ன செய்ய. ஒரு காதுலயும் ஏறல. பெரிய கொலகாரனப் புடிச்சிட்டு வந்த மாதிரி அவனுக்குக் காலுலயும் கையிலயும் சங்கிலி மாட்டி வெசாரண நடத்தி பெரிய டேசனுக்குக் கொண்டுபோயிட்டாக.”

“அங்க பெரிய வெசாரணையா.”

“ஆளாளுக்கு மொறபோட்டு அடிச்சு ஒதச்சு தண்ணிக்குள்ள முக்கியெடுத்து... அந்தப் பாவிக செஞ்ச கொடும கொஞ்ச நஞ்சமா.”

“அவந்தான் உண்மையச் சொல்லீட்டானே. பெறகேன் அவனக் கஸ்டப்படுத்தணும்.”

“கடசிக்கு நாராயணசாமி ஏட்டு அவன் நெத்தியில எத்துன எத்துல மல்லாக்க வுழுந்தவன் எந்திரிக்கவேயில்ல.”

“கொன்னுட்டாகளா.”

“அநியாயமாச் சாகடிச்சிட்டாக.”

மாணிக்கத்தால் அதுக்குக்குமேல் பேசமுடியவில்லை. குமுறிக் குமுறி அழுதான். பாண்டியனுக்குத் திடீரென்று பொறிதட்டியது. அன்றைக்கு வையாபுரி இந்தக் கதையைத்தான் சொல்லாமல் விழுங்கியிருப்பானோ. நிச்சயமாக இதேதான். அவனது தோளைப் பிடித்து உலுக்கித் தேற்றினார்.

“என்னவே இது சின்னப்புள்ள மாதிரி.”

“ஊரறிய நடந்த கொலைய மூடி மறச்சிட்டாக. மேல் வெசாரண அது இதுன்னு கண்தொடப்புக்கு நடத்தி கடசிக்கு என்ன செஞ் சாக தெரியுமா. எல்லாரவும் நல்ல எடத்துக்கு மாத்திப் போட்டாக. அம்புட்டுத்தான். ஒருத்தனோட பொண்டாட்டி புள்ளீக ஆதர வில்லாமத் தவிக்கிறதப்பத்தி ஆரு கவலப்பட்டாக.”

“எல்லாம் அயோக்கியப் பயக.”

“சொரணத்துக்கு ரெண்டு பக்கமும் சொந்தக்காரங்க இருக்கத்தான் செஞ்சாங்க. ஆரும் ஒதவிக்கு வரல. அவ ரெம்பப் பரிதவிச்சா. அவளுக்கு எப்படியும் அனுசரணையாருக்கணும்னு மனசுக்குள்ள நானே முடிவு செஞ்சிட்டென்.”

“தைரியமான முடிவு.”

“முத்துவீரனுக்கு எழவெடுத்து முடிஞ்சதும் நேர அவகிட்டப் போயி நெலமைய எடுத்துச்சொல்லி என்னோட வந்துறயான்னு கேட்டென். அவளும் பலத்த யோசனைக்குப் பெறகு சரின்னு சொல்லீட்டா.”

“ஒங்க வீட்ல என்ன சொன்னாக.”

“அந்தச் சங்காத்தமே வேணாம்னு கண்ண மூடீட்டாக. சரி அப்படின்னா ஒங்களுக்கு ஒரு புள்ள இல்லன்னு நெனச்சுக்கங் கன்னு கண்டந்துண்டமாப் பேசீட்டு நேர தாஸ் சார் வீட்டுக்குப் போனென்.”

“அங்க ஏன் போன.”

“சொரணத்துக்கு அவரு தூரத்து வழியில சொந்தம்.”

“அப்படியா.”

“எம் முடிவக் கேட்டதும் ரெம்பச் சந்தோசப்பட்டாரு. நீ எதப் பத்தியும் கவலப்படாத நான் இருக்கன்னு தைரியஞ் சொன்னாரு. அது போதும் சார்னு கையெடுத்துக் கும்புட்டுட்டு அப்படியே எங்க சாமியாருட்டப் போனென்.”

“அவரு ஒருத்தரு பாக்கியிருக்காரோ.”

“சாமி இப்படி இப்படி வெசயம். நீங்கதான் கோயில்ல கலியாணம் நடத்திவைக்கணும்னு கேட்டுக்கிட்டென். அவரு தாளக்கம்போட்டாரு.”

“ஏன்.”

“எல்லாம் மொறையோட நடக்கணும். சொரணம் வேதத்துக்கு மாறணும். அப்படி இப்படின்னு இழுத்தாரு. எனக்குன்னா கோவங் கோவமா வந்துச்சு.”

“சாமியாரும் கைவுட்டுட்டாரா.”

“அவரு என்ன பேசீருந்தாலும் கவலப்படமாட்டென். முத்துவீரன் ஒரு கொலகாரங்கிற மாதிரி பேச ஆரம்பிச்சிட்டாரு. அதுதான் எனக்குப் புடிக்கல. சரி சாமின்னு சொல்லீட்டு தாஸ் சாருட்டப் போயி யோசன கேட்டென்.”

“அவரு என்ன சொன்னாரு.”

“அப்படியா ஒனக்கு இந்துக்கோயிலுக்கு வாறதுல கஸ்டமில்லை யேன்னு கேட்டாரு. ஒங்க இஸ்டப்படி செய்யிங்கன்னு வந்துட்டென்.”

“நல்ல காரியத்துக்கு எந்தக் கோயிலுன்னு கெடக்கு.”

“எல்லாம் அவரே கவனிச்சுக்கிட்டாரு. சொந்தப் பணத்துல கலியாணச்சேல வேட்டி எடுத்தாரு.”

“அவரு மனுசன்.”

“பொட்டப்புள்ளீக ரெண்டவும் அவரு வீட்ல இருக்க வச்சிட்டு மூணுபேரும் கழுகுமலைக்கு வண்டியேறுனொம்.”

“கந்தசாமிகோயில்ல கலியாணமா.”

“முத்துவீரனோட தாலிய புது மஞ்சக் கயத்துல முடிஞ்சு சொரணம் கழுத்துல கட்டுனென். ஓட்டல்ல மதியச் சாப்பாடு. சாய்ந்தரத்துக்குள்ள ஊருவந்து சேந்துட்டொம். அவரு வீட்டுக்கு மறு வீடு போயி புள்ளீகளக் கூட்டீட்டு சொரணம் குடியிருந்த அதே வீட்ல குடியேறீட்டொம். பெரிய முத்துவீரன் போயி சின்ன முத்துவீரன் வந்துட்டான்.”

மாணிக்கத்தின் முகத்தில் காய்ந்த சிரிப்பு. பாண்டியன் அவனைப் பாசத்துடன் பார்த்தார்.

“ஒங்க குடும்பத்துல பெறகு வந்து கூடிக்கிட்டாகளா இல்ல இனியும் வெறச்சுக்கிட்டுத்தான் இருக்காகளா.”

“எத்தன நாளைக்குத்தான் கோவங் கொண்டாடமுடியும். சொரணம் வயித்துல ஒரு ஆம்பளப்புள்ளயப் பாத்ததும் கோவ மெல்லாம் பறந்துருச்சு. இப்ப எல்லாம் ஒண்ணுமண்ணாயிட்டொம். பயலுக்கு மொத மொட்ட கழுகுமலக்கோயில்ல போட்டொம். ரெண்டாவது மொட்ட வேளாங்கண்ணியில.”

“அதுக்குப் பெறகு சாமியாரு ஒண்ணுங் கேக்கலயா.”

“இதுல கேக்கிறதுக்கு என்னருக்கு. அப்படியே கேட்டாலும் நானும் பதிலுக்கு நல்லா நல்லாக் கேக்கணும்னுதான் இருந்தென். அவரு அதக் கண்டுக்கிறல.”

“தாஸ் சார் ஒன் வீட்டுக்கு வந்து போயிக்கிருவாரா.”

“நல்லது பெல்லதுக்கு நாங்க குடும்பத்தோட அவுக வீட்டுக்குப் போவொம். அவுக இங்க வருவாக.”

“அவ்வளவுக்கு நெருங்கீட்டீகளா.”

“அவரோட வீட்டம்மா நல்ல கொணம். ஒங்களுக்கு நாங்க பட்ருக்கிற கடன எப்படித்தான் தீக்கப்போறமோன்னு அதுகிட்ட

பேச்சோட பேச்சா சொன்னதுக்கு அதுக்கென்ன ஒங்க பொண்ணுகள்ல ஒண்ண எங்க பையனுக்குக் குடுத்து கடனத் தீத்துக்கிற வேண்டியதுதானன்னு மனசு நெறஞ்சு சொல்லுச்சு. சொரணம் அப்படியே கொதுகொதுன்னு அழுதுட்டா . என்னமோ ரெண்டு குடும்பமும் நெரப்புக்கலப்பா இருக்கணுமிங்கிற நெனப்புலதான் ரெண்டு பொண்ணுகளவும் கஸ்டப்பட்டுப் படிக்கவைக்கொம். கடவுளு எப்படி நெனச்சிருக்காரோ.”

“எல்லாம் நல்லபடியா நடக்கும்.”

“எப்பேர்ப்பட்ட மாப்பிள வந்தாலும் அதுகள எங்க சாதியில குடுக்கறமாதிரி இல்ல.”

பாண்டியன் இன்னும் ஆச்சரியமாகப் பார்த்தார்.

“இதுல இப்படியொரு சங்கதியும் இருக்குதா.”

“ஆமா சார். நாங்க நாடாக்கமாரு. அவுக கோனாக்கமாரு.”

“நல்ல மாரு பருத்திமாரு வெளக்கமாரு. உண்மையிலயே நீ வாட்டர் மேன்தான்வே.”

“ஏஞ் சார் அப்படிச் சொல்றீக.”

“மனசுக்குள்ள பெரிய சமுத்தரத்தவே அடக்கிவச்சிருக்கயா சும்மாவா.”

“மொதல்ல ஒரு பான தண்ணிக்கு வழியப் பாப்பொம். ஒங்ககிட்டப் பேச்சுப்போட்டதுல எல்லாம் மறந்துருச்சு. இனிமேத்தான் தண்ணியெடுத்து வைக்கணும். கிட்ணசாமி சார் பல் தீத்தி மொகங் கழுவுறதுக்குத் தண்ணியில்லன்னா தாட்பூட்னு முறுக்கித் தள்ளீருவாரு. வையாபுரி வாயத் தொறந்தா மூடுறதுக்கு மூணு நாளாகும். ஆராரு என்ன ராமாயணம் பாடப்போறாகளோ இண்ணைக்கு.”

மாணிக்கம் அவசரமாகக் கிளம்பினான். பாண்டியன் உரக்கச் சொன்ன வார்த்தைகளைக்கூட சட்டை செய்யாத அளவுக்கு அவன் கால்களில் வேகம் சலங்கைகட்டியிருந்தது.

“மொதல்ல எங்களக் கவனிக்கலன்னா அவ்வளவுதான். பள்ளிக் கூடத்துல ஒரு பானகூ[illegible]ாக்கியிருக்காது. அம்புட்டும் நொறுக்கிக் குமிர்சிருவென். தெரிஞ்சதா.”

# 11

முழுப்பரீட்சை நேரம். ஸ்டடி கிளாஸ் தொடங்கியிருந்தது. எஸ்.எஸ்.எல்.சி பையன்கள் மெயின் ஹாலில் தங்கிப் படித்தார்கள். சுற்றுக் கிராமத்துப் பையன்களுக்கு அந்தந்த ஊரைச் சேர்ந்த கீழ் வகுப்புப் பையன்கள் சாப்பாடும் துணிமணியும் கொண்டுவந்து கொடுத்தார்கள்.

ரங்கராஜனும் தமிழய்யாவும் நைட் ஸ்டடிக்குப் பொறுப்பு. ஹெட்மாஸ்டர் தமிழய்யாவிடம் நம்பிக்கையாகச் சொன்னார்.

“நீங்கதான் ஸ்கூலுக்குப் பக்கமா இருக்கிறீங்க. பையங்கள நல்லாக் கவனிச்சுக்கிறணும். இந்த வருஷம் நம்ம ஸ்கூல் நல்ல பேர் வாங்கணும்.”

தமிழய்யா அமைதியாகக் கேட்டுக்கொண்டிருந்தார். ரங்கராஜன் எட் மாஸ்டரைப் பார்க்கவில்லை. எட் மாஸ்டர் போனதும் அவரால் கோவத்தை அடக்கமுடியவில்லை.

“நல்ல பேர் வாங்கறதுக்கு நம்ம இருக்கறொம். கெட்ட பேர் வாங்கறதுக்கு அவர் இருக்கார்.”

தமிழய்யாவின் முகத்தில் சலனமில்லை.

“நமக்குப் பிடித்தமானதச் செய்வொம் சாமி.”

ரங்கராஜன் அதுக்குமேல் வாதிடவில்லை. அது தமிழய்யாவுக்கும் தெரியும்.

“ஏன் சார் பாண்டியனவும் சேத்துக்கிடலாமே.”

“அவரக் கட்டிப்போட முடியாது. வெளையாட்டுக்கென்ன ராத்திரிப் படிப்பு.”

“அநியாயம் சார். பொண்ணுகளும் பையங்களப்போல படிக்க வேண்டாமா.”

"படிக்கணும்."

"அதுகளுக்கும் தனியா ஏற்பாடு செஞ்சு கவனிக்கலாமில்ல. ரெண்டு பொம்மனாட்டிக இருக்கறாளே அவாட்ட ஒப்படைக்க வேண்டியதுதானே."

"சாமி அதுல எல்லாருக்கும் சௌரியக் கொறச்சல். எட் மாஸ்டரோட இதப்பத்திப் பேசுனென். ஒத்துக்கிறல."

"அப்படின்னாச் சரி."

"ஊருக்குப் போகமுடியாதுன்னு பாக்கிறீங்களா. தாராளமாப் போய்வாங்க. நான் இருக்கென் கவனிச்சுக்கிற."

தமிழய்யாவின் கண்களுக்கு வாயைவிட அதிகம் பேசத் தெரியும்.

இரவு ஏழுமணிக்கு ஸ்டடி தொடங்கும். அதுக்குள் பையன்கள் ஆஜராகணும். இல்லையென்றால் தமிழய்யா தலையாலேயே சொல்லியனுப்பிடுவார். அயலூர்ப் பையனென்றால் குறைந்தது நாலு செய்யுளை மனப்பாடஞ் செய்து ஒப்பித்துவிட்டு உள்ளே வரணும். வீட்டுக்குத் திரும்பிப்போன உள்ளூர்ப் பையன் மறு நாள் நேரத்தோடு வந்து நிற்பான். அவனை அருகில் உட்காரவைத்து அவர் படிக்கச் சொல்லுவார்.

நைட் ஸ்டடி அவருக்குச் சாதாரண கிளாஸ் மாதிரி. வெற்றிலையைக் குதப்பினால் கம்மென்று உட்கார்ந்துவிடுவார். அவர் பார்வைக்கும் வாய்க்குள் உலவும் சிரிப்புக்கும் தனித்தோரணை. உலகத்தையே வாய்க்குள் அடைத்துக்கொண்ட மாதிரி. எப்போதாவது ரெண்டு வார்த்தை வெளியே வரும். மனுசனுக்கிருக்கும் நிதானம் சுட்டுப்போட்டாலும் மற்றவர்களுக்கு வராது.

பையன்கள் சந்தேகங் கேட்டால் உடனே தெளிவித்து விடமாட்டார். அவர்களையே பதில் சொல்லவைத்து அதுக்கு 'ம்' கொட்டி அல்லது தலையசைத்து சிந்திக்கவைத்து தெளிவை வரவழைப்பார். முதுகில் தட்டிக்கொடுத்து அனுப்புவார். கண்கள் மட்டும் திரண்டு சிரிக்கும். கோபத்துக்கும் அவருக்கும் ரெம்பத் தூரம்.

ரங்கராஜன் அப்படியில்லை. எல்லாப் பையன்களுக்கும் சந்தேகத்தை விளக்கிச் சொல்லிக்கொடுப்பார். சில சமயம் கோவம் வரும்.

"டேய் மண்டு அறிவிருக்கா. ஒரு தடவ சொன்னா மண்டையில ஏறவேண்டாமோ."

தலையில் குட்டுவார். லாந்தித் திரிவார். தமிழய்யா இதைக் கவனித்துவிட்டு அவரைப் பார்த்து "ஊஹும் அப்படிச் சொல்லித்தந்து பிரயோஜனமில்ல" என்று தலையசைப்பார்.

சில நாள் பாண்டியன் வந்தார். மெயின் ஹாலில் விரித்துக் கிடந்த மௌனம் அவருக்குப் பிடிக்கவில்லை.

“இந்த வெவகாரம் நமக்கு ஒத்துவாராது சார். நீங்களுமாச்சு தமிழய்யாவுமாச்சு. நான் பையங்கள காலையில குளிக்கவைக்கென். நீங்க நைட்ல படிக்கவையிங்க.”

அவர் சினிமாவுக்குக் கிளம்பிவிட்டார்.

சைன்ஸ் தங்கச்சாமியும் மேத்ஸ் மனோகரனும் அவ்வப்போது வந்துபோனார்கள். ஒரு மணி நேரம் இருந்து தங்கள் பாடங்களைக் கவனித்தார்கள். பேச்சுக்குக்கூட தங்குவது பற்றிச் சொல்லுவதில்லை. நிலைமையறிந்து தமிழய்யா அவர்களை அனுப்பிவிடுவார்.

“வீட்ல தேடுவாங்க. எங்களச் சொல்லுங்க தனிக்கட்ட. நீங்க போங்க.”

ரங்கராஜன் ஒருவாரம் ஊருக்குப் போகவில்லை. மறுவாரம் தமிழய்யா வற்புறுத்தி அனுப்பி வைத்தார்.

“கண்டிப்பா ஊருக்குப் போய்வாங்க சாமி. மனசுக்குச் சந்தோசமாருக்கும்.”

ரங்கராஜன் சோர்வாக இருந்தார்.

“போறதுக்குப் பிடிக்கல சார். எல்லாம் நெனைக்கறதுக்கு மாறா நடந்துண்டு வர்றது.”

“நடக்கக்கூடிய காரியத்த நெனச்சிட்டுப்போவமே.”

“என்ன சார் நீங்க. மனுஷாளுக்கு ஜென்மத்துக்கும் கல்யாணம் நடக்காத காரியமா.”

“நடக்கும் சாமி. நாம நெனச்ச ஒடனே எல்லாம் நடந்துட்டா இங்க வந்து சம்பளத்துக்குக் காத்துக்கெடக்க வேண்டியதில்லையே.”

பின்பக்கம் கைகால் கழுவிக்கொண்டிருந்த பாண்டியன் வந்தார்.

“ரங்கராஜன் சார் இனியும் கெளம்பலயா. இந்தி டீச்சர் போயி ரெம்ப நேரமாச்சே. என்ன சார் ஒரு மாதிரியா இருக்கீக. பணம் வேணும்னா எம் பெட்டிக்குள்ள இருக்குது எடுத்துட்டுப் போங்க.”

ரங்கராஜன் பாண்டியனை ஏறிட்டார்.

“எம் மூஞ்சியே ஒரு மாதிரிதான பாண்டியன்.”

தமிழய்யா என்றுமில்லாதபடி கடிந்துகொண்டார்.

“இப்பக் கெளம்புறீகளா என்ன சாமி.”

ரங்கராஜன் விரைவாகக் காரியங்களை முடித்துக்கொண்டு புறப்பட்டார். பாண்டியனுக்குச் சற்றுக் குழப்பம். தமிழய்யாவுக்கருகே திண்ணையில் உட்கார்ந்தார்.

# 12

"ஏன் சார் சோர்வாப் போறாரு."

"வயசாயிட்டே போகுது. அது உறுத்த ஆரம்பிச்சிருச்சு."

"உண்மதான சார்."

"காலாகாலத்துல வழியத் தேடிக்கிறதுதான் நியாயம்."

"கண்டிப்பாத் தேடிக்கிறணும்."

"நம்ம சாமிக்கு வழி தட்டுப்படல. இந்தப் பக்கம் அடச்சு அந்தப் பக்கம் தெறந்துக்கிருச்சு."

"அப்படின்னா அத மறந்து தொலச்சிறணும் சார். என்ன சொல்றீக."

"சாமி ரெம்ப நெனைக்காரு."

"அது தப்பு சார். சும்மா சும்மா கொமஞ்சுக்கிட்டுந்தா ஆகப் போறதென்ன. தைரியமாப் பேசி ஆகும் அல்லன்னு முடிவு செஞ்சிறணும்."

"கதையே தப்பாகிப்போச்சு. இதுல இனிமே பேசுறதுக்கு என்னருக்குது."

"அது நமக்குத் தெரியிது."

பாண்டியன் யோசனையிலாழ்ந்தார். தமிழய்யாவுக்கு ஆச்சரியம்.

"என்ன பாண்டியன் சிந்தன பலமாருக்கு."

"என்னத்தச் சிந்திச்சு எந்தக் கோட்டையக் கட்டி முடிக்கப் போறென். எப்படிக் கட்டிப்பாத்தாலும் இடிஞ்சுதான் போகுது."

“ஏன் அடித்தளம் நல்லால்லயா.”

“அதெல்லாம் நல்லாத்தான் இருக்கு.”

“அப்ப கட்றதுல என்னமோ கோளாறு.”

“வரவர எல்லாமே கோளாறாத்தான் தெரியிது.”

“அது தப்பாச்சே. அப்பப்ப ஊருக்குப் போய்வந்தாச் சரியாயிரும். வீட்டுச் சாப்பாடும் கெடைக்கும். நீங்கதான் போகாம வைராக்யமா இருக்கீங்க. ஏன் இந்த ஊரு ரெம்பப் பிடிச்சுப்போச்சா.”

“போகணும் சார். போனா ஒரு முடிவோட கௌம்பணும். நெரந்தரமா வீட்டுச் சாப்பாடு கெடைக்கிறதுக்கு வழியப் பாக்கணும்.”

“ம்.”

“நம்ம செய்ற காரியம். நமக்கே நல்லதாத் தெரியல சார்.”

“ம்.”

“அந்தப் பொண்ணும் நம்மள நம்பி எத்தன நாளைக்குக் காலங்கடத்துறது.”

“ம்.”

“இப்பெல்லாம் ஸ்கூல்ல சின்னப் பையன் ஏறிட்டுப் பாத்தாக்கூட மனசுக்குக் கஸ்டமாருக்கு. தப்பிச்சுத் தப்பிச்சு சினிமாத் தியேட்டர்ல ஒளிஞ்சு திரும்புனா மறுநா ஸ்கூலுக்குத்தான போகவேண்டியிருக்கு.”

“ம்.”

“ஒவ்வொரு சமயம் ஸ்கூலுக்குப் போகவேண்டாம்னு தோணுது.”

“ம்ஹுஹும்.”

“அந்தப் பொண்ணு மனசுல பாரத்த வச்சுக்கிட்டு எப்படிப் பாடம் நடத்தும். ஒரு நாளைக்கு அதோட வீட்ல போயிச் சாப்பிடணும்னா திருடனப்போல மொழையணும். அவுக அம்மா என்னப் பாக்கிற பரிதாபத்த நெனச்சா சாப்பாடா செல்லுது. நம்ம செய்ற லச்சணத்துல அடுத்தவுகளப் பத்திப் பேசுறதுக்கு என்ன அருகதையிருக்கு.”

தமிழய்யாவின் முகத்தில் ஆச்சரியம் பெருக்கெடுத்தது.

“அதனால என்ன செய்யலாம்.”

பாண்டியன் நெற்றியைக் கசக்கினார்.

“கண்டிப்பா ஊருக்குப் போகணும் சார். எங்கய்யாவக் கூட்டிவந்து ஒங்ககிட்ட நிறுத்துறென். அவர் பட்டாசு மாதிரி. தீப்புடிக்காமப் பாத்துக்கிறணும். அவருட்டப் பேசுறதுக்கு நீங்கதான் லாயக்கு. வெத்தலையக் குடுத்து எப்படியாவது பேசிமுடிங்க.”

“அவருட்டப் பேசினாப் போதுமா.”

“பெறகு நமக்கு யாரு சார் இருக்காக. எனக்கு எல்லாமே அவருதான். அம்மா மூஞ்சியே தெரியாது. சித்திகிட்டச் சொன்னா வீணா தகராறுதான்.”

“ஏன்.”

“அதுக்குச் சொந்தக்காரப் பொண்ணு இருக்குதாம். அதக் கலியாணம் முடிக்கணுமாம். அய்யாவத் தொந்தரவு பண்ணுது.”

“அய்யா சொன்னாரா.”

“பேச்சுவாக்குல சொன்னாரு.”

“நீங்க என்ன பதில் சொன்னீங்க.”

“நான் அமைதியாக் கேட்டுக்கிருவென். மறுத்துப் பேசுனா அவருக்கு அங்க நிம்மதி கெட்டுப்போகும். சித்திக்கு இப்ப மட்டும் எம் மேல ஏன் அக்கற வந்துச்சுனு தெரியல.”

“அத ஏன் தப்பா எடுத்துக்கிறீங்க பாண்டியன்.”

“எங் கதையக் கேட்டா இப்படிச் சொல்லமாட்டீக. அண்ணைக்கு நான் அம்மாவச் சாகக்குடுத்துட்டு அனாதையா நிக்கயில ஆதரிக்காறவுக மனசுல இண்ணைக்கு பாசம் பொங்கி வழியிதாக்கும்.”

“அம்மா சின்ன வயசிலேயே எறந்துட்டாங்களா.”

“பால் குடிக்கிற வயசு. ஒரு நா ராத்திரி என்ன முன்னால போட்டுப் படுத்துக் கெடந்திருக்காக. பால் குடுத்தாவாக்குல ரெண்டு பேரும் தூங்கீட்டொம். அசந்து தூங்கயில மறுபடியும் நான் பால் குடிச்சமாதிரி அம்மாவுக்கு உறுத்தியிருக்கு. பெரிய தொந்தரவாப் போச்சுனு புடிச்சுத் தள்ளியிருக்காக. அப்பத்தான் தெரியிது பால் குடிச்சது நானில்லன்னு.”

“என்ன சொல்றீங்க பாண்டியன்.”

“பெரிய நல்லபாம்பு சொகமாக் குடிச்சிக்கிட்டுருந்துருக்கு. புடிச்ச புடியில கோவப்பட்டு மார்புலயே ஆழமாக் கொத்தீருச்சு.”

“கெட்ட காலம் எப்படி வருதுன்னு பாருங்க.”

“அம்மா வுழுந்தடிச்சு எந்திரிச்சு மேலத் தெருவுலருந்து அலறிக் கிட்டே கீழத் தெருவுக்கு ஓடுது. ஊரே முழிச்சுக்கிருச்சு. அய்யா என்னத் தூக்கீட்டு பின்னால ஓடுறாரு. மாரியம்மா மாரியம்மான்னு அவரு சத்தந்தான் பலமாக் கேக்குது.”

“அப்புறம்.”

“அம்மா வைத்தியர் வீட்ல போயி கதவ ஒடைக்கிற மாதிரி தட்டுது. அவரு தொறந்து வந்து பாத்ததும் தெகச்சுப் போயிட்டாரு. மூடியிருந்த துண்டக் குடுத்து கெட்டச் சொல்லியிருக்காரு. அதுக் குள்ள அவரு வீட்டுப் பொம்பளைக வந்து சேலைய உடுத்தி உக்கார வச்சிருக்காக. பாம்பு கடிச்ச எடத்துல சுண்ணாம்புத் தட போட்டு வேப்பங் கொழ வச்சு பார்வ பாத்தும் புண்ணியமில்ல. அம்மாவுக்கு வாயில நொரத்தள்ளி அப்படியே அய்யா மடியில சாஞ்சு உசிர வுட்ருச்சு. நல்லா விடியிறதுக்குள்ள எரிச்சுச் சாம்பலாக்கீட்டாக.”

பாண்டியன் கண்களைத் துடைத்துக்கொண்டார். தமிழய்யாவின் கண்களும் பனித்திருந்தன. பாண்டியனைப் பாசத்துடன் தட்டி ஆறுதல் படுத்தினார்.

“கேக்கிறதுக்கே வேதனையாயிருக்கு.”

“எதுக்குமே கலங்காற அய்யா நொந்து இடிஞ்சுபோயிட்டாரு. கோவத்துக்குப் பேர்போன ஆனானப்பட்ட ஆண்டியாபுரம் முருகையாத் தேவர் அடங்கி ஒடுங்கி தெப்பப் பசுவாயிட்டாரு. அப்புறம் நடந்ததச் சொல்லவே வேணாம். என்ன வளக்கிறதுக்காக ரெண்டாங் கலியாணம் முடிச்சு அதுலயும் சொகமில்ல. வேற வழி யில்லாம என்ன பாட்டிகிட்ட ஒப்படச்சிட்டாரு. பாட்டின்னா அய்யாவப் பெத்தது. பாட்டிகிட்டத்தான் கடசி வரைக்கும் வளந்தென். அது வளக்கப் பட்ட பாடு கடவுளுக்குத்தான் தெரியும். ஆட்டுப் பால் மாட்டுப் பால் அத்தனையுங் குடுத்து வளத்துச்சு. கழுதப் பால் ஒண்ணுதான் பாக்கி.”

ரெண்டு பேர் முகத்திலும் ஒரு சோகையான சிரிப்பு தெரிந்தது.

“பால்பாண்டியனாயிட்டீங்க.”

“பால்பாண்டியன் அஞ்சாறு வருசத்துல பாட்டிக்குப் பால் ஊத்துற பாண்டியனாயிட்டென். அது பொடுக்குனு போயிருச்சு. அதுக்குப் பெறகு நான் அனுபவிச்சது இருக்கே அது கொடுமை யிலயும் கொடும.”

“சித்திகிட்டப் போகலயா.”

“பாட்டி உசிரோட இருந்தப்பயாச்சும் சித்தியப் பத்திக் கொஞ்சம் நெனவிருந்தது. பாட்டி போனப் பெறகு அடியோட மறந்துபோச்சு. ஆயிரந்தான் இருந்தாலும் எங்க பாட்டிக்கு ஈடாகாது சார்.”

“பெத்த தாயிக்குச் சமானமா இருந்து வளத்துருக்கே.”

“கடுகளவு பண்டத்தக்கூடப் பத்தரப்படுத்தி வச்சிருந்து குடுக்கும். ஒரு நா பாருங்க, எங்கயோ போன எடத்துல ஐஸ் வித்துருக்கான். அதுல ரெண்ட வாங்கி மெனக்கிட்டு மடியில முடிஞ்சிக்கிட்டு வந்து ருக்கு. வந்து அவுத்துப் பாத்தா குச்சுதான் மிச்சம். அது ஐஸ்காரனக் கண்டபடி வையிது. நாசமாப் போறவன் எம்புள்ளைக்கு ஆசையா வாங்கீட்டு வந்தனே. இப்படிக் கரஞ்சு போறதக் குடுத்துருக்கான் பாரு. தப்பித்தவறி இந்தப் பக்கம் வந்தால்ல இருக்கு. வெளக்கமாரு பிஞ்சுபோகும்னு பொரிஞ்சு தள்ளுது. அதோட ஆசையக் கெடுப் பானேன்னு நான் ரெண்டு குச்சவும் வாங்கி ருசிச்சுச் சூம்புனென்.”

“இன்னும் கொஞ்ச நாளைக்கு இருந்து ஒங்கள வளத்து ஆளாக்கி விடுறதுக்குக் குடுத்துவைக்கல.”

“அய்யா யோசிச்சுப் பாத்தாரு. ஒரு முடிவுக்கு வந்து தூரத்து ஊருல கிறிஸ்தவ ஸ்கூல்ல சேத்துட்டாரு. ஹாஸ்டல்ல தங்கல். அண்ணைக்குச் சட்டியேந்த ஆரம்பிச்சென். இண்ணைக்கு வரைக் கும் அதே பெழப்புத்தான். வராத செறங்கில்ல. ராத்திரி முழுக்க உறுமி இழுப்புத்தான். அதுல தேய்க்கிறதுக்கு எண்ணெயிருக்காது. விழுப்புண்ணுக்குக் கொறச்சலில்ல. தேகமெல்லாம் செறங்கு வந்ததால தேசிறங்குராஜன். சொறிப்படையைத் தோற்கடித்து வாகை சூடியதால் சொறிப்படை வென்ற சூரவீர பாண்டியன்.”

பாண்டியனிடம் இப்போதுதான் பழைய குறும்பு திரும்பியிருந்தது. தமிழய்யாவுக்கு நிம்மதி.

“உண்மையிலேயே நீங்க வீரந்தான் பாண்டியன்.”

“நானா ஆடி ஓடி நாலு வெளையாட்டத் தெரிஞ்சுக்கிட்டு எப்படியோ டிரில் மாஸ்டராயிட்டென். என் வெளையாட்டு எங்க அய்யாவுக்கே புடிச்சுக்கிருச்சுனாப் பாருங்களேன்.”

“ஒங்க வெளையாட்டுக்கென்ன. பாத்துக்கிட்டுருந்தா எனக்குச் சில சமயம் வெத்தலகூட மறந்துருது.”

“என்னமோ இண்ணைக்கு நானும் ஒரு மனுசனாகியிருக்கன்னா அதுக்கு எங்கய்யாதான் காரணம். என்னப் பாக்காம அவரால இருக்க முடியாது. எங்கருந்தாலும் ஓடிவந்து பாத்துட்டுப் போவாரு. அப்பேர்ப்பட்ட மனுசனுக்கு கடைசிக் காலத்துல நல்ல பெழப்பு வாய்க்கல.”

“ஒங்களப் பத்திக் கவலையிருக்குமில்ல.”

“எங்க சித்திக்குச் சொத்துத்தான் குறி. நான் நெலத்துல பங்கு கேக்கக் கூடாது. தன் மகனுக்கே எல்லா நெலமுஞ் சேரணும். நான் நெலம் வேணும்னு தகராறா பண்றென். என்னருந்தாலும் ராசபாண்டி எனக்குத் தம்பிதான சார். ஒரே ரத்தம். அவன் கலியாணம் முடிக்கிறதுக்குப் பணங் குடுத்து ஒதவலயா. துணிமணி எடுத்துக் குடுக்கலயா. நெலத்த வச்ச பெழப்பு அவனுக்கு. நல்லாருக்கட்டும். எனக்குப் பங்கு வேணாம்னு இப்பக்கூட எழுதிக் குடுத்துறென். எனக்கு எங்கய்யா நிம்மதிதான் முக்கியம்.”

“இங்க நடக்கிற சமாச்சாரம் அவருக்குத் தெரியுமா.”

“தெரியாது. சொன்னா வருத்தப்படத்தான் செய்வாரு. வேற ஒருத்தியக் கட்டிக்கிறப்போறன்னு எப்படி சார் சொல்றது. ஒங்கள மாதிரி யாராச்சும் பக்குவமாச் சொன்னா மொறையாருக்கும்.”

“அப்படிச் செய்றதுதான் நல்லது.”

“டீச்சரப்பத்தி ஒங்களுக்குத் தெரியாறதில்ல. ரெண்டு பேரும் சம்பாரிக்கப்போறொம் குடும்பம் நடக்கப்போகுது. சாதி கெடக்கட்டும் ஒரு பக்கம். நீங்களும் நானும் அதப் பாத்தா தகப்பன் மகன் மாதிரி பழகுறொம். ரங்கராஜன் சார் பூணூலத் தடவிப்பாத்தா நம்மளச் சேத்துக்கிட்டாரு. எங்க சித்தியும் நானும் ஒரு சாதிதான். எப்படியிருக்குது நெலம. எங்கய்யாவுக்கு நீங்கதான் எடுத்துச் சொல்லிச் சமாதானப் படுத்தணும்.”

காற்றுக்கு இலையுதிர்ந்த மரமாக இருந்தார் பாண்டியன். அவரிடம் குடிகொண்டிருந்த பிள்ளைத் துள்ளல் எங்கே போயிற்று.

“தமிழய்யாவுக்குச் சந்தோசம் கூடியிருந்தது. புருவத்தை உயர மலர்த்தினார்.”

“தகப்பனாருக்குப் பெத்த புள்ளையோட நிம்மதியும் முக்கியம். ஒடனே ஊருக்குப் போயி அவரக் கூட்டீட்டு வாங்க. நான் பேசிக்கிறன்.”

“ரங்கராஜன் சார் வந்துக்கிறட்டும். அவர ஒங்களோட இருக்கவச்சிட்டு அடுத்தவாரம் போறென்.”

அன்று இரவு பாண்டியன் தமிழய்யாவின் ஸ்டடியைக் கவனித் துக்கொண்டார். பையன்கள் உறங்கிய பின்னும் பாண்டியனின் பேச்சு ரெம்ப நேரம் கேட்டுக்கொண்டிருந்தது. தமிழய்யாவும் சளைக்காமல் ‘ம்’ கொட்டியபடி படுத்துக் கிடந்தார்.

பாண்டியன் விடியக்காலம் பையன்களை எழுப்பிப் படிக்க வைத்தார். தமிழய்யாவை எழுப்பவில்லை. பையன்கள் பொழுது கிளம்பும்வரை படித்தார்கள். பிறகு அவர்களைக் கொஞ்ச நேரம் கிரவுண்டில் விளையாடவிட்டு குளிக்கக் கூட்டிப் போனார்.

ஞாயிறு சாயங்காலமே ரங்கராஜன் திரும்பிவிட்டார். பாண்டியனுக்கு அது புதுசாக இருந்தது.

“ரங்கராஜன் சார் இண்ணைக்கே திரும்பியாச்சு. நாங்க கவனிச்சுக்கிற மாட்டமா.”

“வரணும்னு தோணிச்சு வந்துட்டென் பாண்டியன்.”

தமிழய்யா எதுவும் கேட்கவில்லை. பிறகு பேசிக்கொள்ளலா மென்று இருந்துவிட்டார்.

இருட்டியதும் பாண்டியன் ரூமிலிருந்து ஸ்கூலுக்குக் கிளம்பினார்.

“ரங்கராஜன் சார் ஒங்களுக்கு அலுப்பாருந்தா இங்கயே படுத் துக்கங்க. தமிழய்யா சாவாசமா வரட்டும். நான் போயி பையங்களக் கவனிச்சுக்கிறென்.”

ரங்கராஜன் திகைப்பில் தமிழய்யாவை நோக்கினார்.

“நம்ம பாண்டியன்தானா சார் இது.”

“புதுப் பாண்டியன்.”

தமிழய்யாவின் வார்த்தை பாண்டியனுக்குத் தெளிவாகக் கேட்டது. சிரித்துக்கொண்டே போனார்.

ரங்கராஜனுக்குள் குமைச்சல் குடைய ஆரம்பித்தது. பூச்சுக்கன மேறும் இருளில் செடிக் கும்மல்களைப் பார்வையால் துழாவிக் கொண்டிருந்தார். எதிரில் தமிழய்யா அமைதியாக உட்கார்ந்திருந்தார்.

“மனசே சரியில்ல சார்.”

“நீங்க வரும்போதே மொகத்துல எழுதி ஒட்டியிருந்தது சாமி.”

“நான் ஊருக்குப் போயிருக்கக்கூடாது.”

“ஒங்க வீட்ல ஏதும் பிரச்சனையா.”

“அங்க புதுசாவா வரப்போறது.”

“அப்புறம் எங்க.”

“நான் ஊருக்குப் போகலன்னா வழியில் அந்தக் கண்ணறாவியப் பாத்திருக்கமாட்டென்.”

"புதுசா என்ன கண்றாவி."

"அத ஏன் கேக்கறேள். சொல்ல நெனைக்கறச்ச வாய் கூசறது."

"பாக்கிறதுக்குக் கூசலயே."

"சாயங்காலம் கௌம்பிப் போனென் பாருங்க. பஸ்டாண்டுல ஹிந்தி டீச்சர் நின்னுண்டுருந்தா. பஸ் வர லேட்டாயிடுத்து. பஸ் வரவும் ஏறி வழக்கத்துக்கு மாறா பின் சீட்ல ஒக்காந்தா. பஸ் மகாலிங்கபுரம் போறச்ச இருட்டிப்போயிடுத்து. பஸ்டாண்டுல கொஞ்ச நேரம் பஸ் நிக்குமோல்லியோ. அந்தச் சமயத்துல அவ கீழ எறங்கி நடக்கறா."

"கடைக்குப் போயிருப்பாங்க."

"இல்லையே. கடையத் தாண்டின்னா போறா. நேக்கு ஒக்காந் துண்டுருக்க முடியல. கடையோரம் போயி நின்னு பாக்கறேன். பாத்தா ரோட்டோரமா நடந்து போயிண்டுருக்கறா. அங்க ஒரு கார் நிக்கறது. அது ஹெட் மாஸ்டரோட கார்தான். அவ அங்கேயே போயிட்டா. கர்மம் கர்மம். நான் பஸ்ல ஏறி கண்ண மூடிண்டென்."

தமிழய்யாவின் வாயிலிருந்து வார்த்தைகளை எதிர்பார்த்துக் கொண்டிருந்தார் ரங்கராஜன்.

"இதுக்காகவா மனசு சரியில்ல சாமி."

"இதப் பாத்துண்டு சந்தோஷப்படவா."

"என்னக் கேட்டா அப்படித்தான் சொல்லுவென்."

"முடியலயே."

"அப்ப அது நம்ம தப்பு."

ரங்கராஜனுக்குப் பேச வாய்வரவில்லை. தமிழய்யா ஸ்டடி ஹாலுக்குக் கூட்டிப்போனார்.

"நாளைக்கு சீயக்கா தேச்சு நல்லா தலமுழுகிக் குளிங்க சாமி."

ஸ்டடி ஹாலில் நிலவிய அமைதியில் இருவரும் கலந்தார்கள்.

திங்கட்கிழமை ஸ்கூலில் ரங்கராஜனுக்கு நிம்மதியே இல்லை. எந்தப் பாடம் நடத்தினாலும் எரிச்சலாக இருந்தது. போர்டில் எழுத முடியாமல் அடிக்கடி சாக்பீஸ் ஒடிந்தது. பையன்கள் சின்னச் சந்தேகம் கேட்டால்கூட கடுகடுப்பாகப் பார்த்தார். மற்ற வாத்தியார்களுடன் சகஜமாகப் பேசவில்லை.

சாயங்காலம் கடைசி பீரியடு இல்லாததால் வழக்கம்போல் ரூம் திண்ணைக்கு வந்துவிட்டார். ஸ்கூல் சூழ்நிலையிலிருந்து விடுபட்டிருந்தாலும் பழைய நினைவுகள் மனசைப் பிசைந்து கொண்டிருந்தன.

ருக்மணியைப் பார்ப்பதற்கென்றே தனியாகக் குளிக்கப்போனது, அவளுடன் பேசுவதற்காகப் பட்ட பிரயத்தனங்கள் இப்படி ஒவ்வொன்றாகக் கசந்து குமட்டின.

அவளுடன் மானசீகமாக வாழ்ந்த நாட்கள்தான் கொஞ்சமா. அவளது சிரிப்புக்காக வார்த்தைக்காக பார்வைக்காக ஏங்காத நாளுண்டுமா. கடைசி முறையாக அவளிடம் எண்ணங்களையெல்லாம் கொட்டித் தீர்த்துவிடணுமென்ற தீர்மானத்துடன் போனதுக்குக் கிடைத்த பதில் இதுதானா. இப்படி உதாசீனப்படுத்திவிட்டாளே.

ஸ்கூல் முடியுமுன்னே ஹெட் மாஸ்டர் கிளம்பிப் போய்விட்டார். அவர் போனதும் ஆபீஸுக்குள்ளிருந்து ருக்மணி வந்தாள். அவள் அக்ரஹாரத்துக்குள் நுழைவதைப் பார்க்காமல் எழுந்து உள்ளே போய்விடலாமா என்றிருந்தது. ஆனாலும் எழுந்திருக்கவில்லை.

அவள் ரூமைக் கடக்கும்போது அவளுக்கு முன்னால் காறித்துப்பினார். செருப்பை திருணையில் தடாலென உதறிவிட்டு உள்ளே போனார். அப்போதும் அவள் ஏறிட்டுப் பார்க்கவில்லை. அவள் கழுத்தில் முளைத்திருந்த மயிர்க் கற்றை வெள்ளாட்டுத் தாலிபோல் உறுத்தியது. முடிப்பின்னல் உதையும் பிருஷ்ட அசைவின் அலங்கோலமும்... சீச்சீ...

தமிழய்யா ரூமுக்கு வரும்வரை இருப்புக்கொள்ளாமல் தவித்தார். வேட்டியை மடித்துக் கட்டுவதும் அவுத்து உதறுவதுமாக இருந்தார்.

நிலைக்கம்பத்தில் கை மடக்கிக் குத்தினார். தரையில் அழுத்தி மிதித்துத் தேய்த்தார்.

தமிழய்யா வந்ததும் நடந்த விஷயம் அவ்வளவையும் ஒப்பித்து விட்டார். தமிழய்யா பதில் பேசவில்லை. பாண்டியனின் விளையாட்டைப் பார்க்க கிரவுண்டுக்குக் கூட்டிப்போனார்.

கிரவுண்டில் பாண்டியன் தங்கச்சாமி மனோகரன் ஒரு புறமும் பெரிய பையன்கள் மறு புறமுமாக வாலிபால் நடந்து கொண்டிருந்தது. பாண்டியன் ரங்கராஜனிடம் கேட்டார்.

“சார் கொஞ்ச நேரம் களத்துல குதிச்சு கைவரிசையக் காட்டுங்களேன்.”

தமிழய்யா சொன்னார்.

“சாமி வெளையாடி முடிச்சாச்சு.”

மூணு பேரும் ரெம்பத் தூரம் வாக்கிங் போனார்கள். தமிழய்யா ஏதேதோ கதைசொல்ல மற்ற இருவரும் அமைதியாகக் கேட்டுக் கொண்டே பின்தொடர்ந்தார்கள்.

திரும்பும்போது ரெம்ப இருட்டிவிட்டது. அப்படியே குழந்தைச் சாமியின் ஹோட்டலுக்குள் நுழைந்தார்கள். ரூமுக்குப் போய்வரணு மென்றால் நேரமாகிவிடும். நைட்ஸ்டடி பையன்கள் தனியாக இருப்பார்கள்.

குழந்தைச்சாமி கல்லாவிலிருந்து குரல்கொடுத்தார்.

"சாருக்கு சூடாப் போட்டுக்குடு."

தமிழய்யா சர்வரிடம் சொன்னார்.

"எங்கள ரெம்பச் சூடேத்தவேண்டாம். இருக்கிறதக் குடுங்க"

சாப்பிட்டு முடித்ததும் பாண்டியன் நழுவினார்.

"சார் நீங்க நடந்துக்கிட்ருங்க. நான் கடைக்குப் போயிட்டு வாறென்."

"ஏன் பாண்டியன், ஊதுற தொழில எப்ப நிறுத்தப்போறீங்க."

பாண்டியன் பேச்சை மென்று விழுங்கினார்.

"இண்ணைக்கோட வுட்டுத்தொலச்சிருவென் சார். அதுக்கொரு முழுக்குப் போட்டுட்டு ஒங்ககிட்டச் சொல்லலாம்னு இருந்தென். அதுக்குள்ள மாட்டிக்கிட்டென்."

"நாளைக்கு இதையே சொல்லமாட்டீங்களே."

"ஒங்கமேல சத்தியமாச் சொல்ல மாட்டென்."

"அப்படின்னா ஒரு பாக்கெட் வாங்கி சாவகாசமா ஊதி முடிச்சிட்டு வாங்க. இந்த வாரம் என்னென்ன காரியம் செய்யணுமிங்கிறது ஞாபகமிருக்குதுல்ல."

பாண்டியனுக்குப் புரிந்துவிட்டது.

"நல்லா ஞாபகமிருக்குது சார்."

"அப்படின்னாச் சரி."

பாண்டியன் அவசரமாகக் கடைக்குப் போகிற மாதிரி போக்குக் காட்டி பஸ் ஸ்டாண்டுக்குத் தெருவில் திரும்பினார்.

தமிழய்யா ரங்கராஜனுடன் வரும்போது சாதாரணமாகக் கேட்டார்.

"சாமிக்கு இப்பக் கோவந் தீந்துருச்சா."

ரங்கராஜன் இருட்டுக்குள் நிற்கும் வீடுகளை வெறித்தபடி அமைதியாக நடந்துவந்தார்.

# 13

**ஸ்**டடி ஹால் ஜேஜே என்றிருந்தது. சொல்லிவைத்தாற்போல் முக்கால்வாசிக்குமேல் வாத்தியார்களின் தலைகள் தெரிந்தன. கிராப்ட் முதல் டிராயிங்வரை ஆஜர். கிருஷ்ணசாமிகூட தட்டுப் பட்டார். சுப்பையாதாஸும் வந்திருந்தார். ரெண்டு பேரும் வந்த பிறகு குழந்தைச்சாமி வராமலிருப்பாரா. தமிழய்யாவுக்குச் சந்தேகம். பாண்டியனைப் பார்த்தார்.

"பாண்டியன் ஏற்பாடா இது."

"நமக்குத் தெரியாது சார். வையாபுரி வேல."

"நீங்க சொல்லாமலா."

"உண்மையா நான் சொல்லல சார்."

"எப்படியோ படிப்பு நடந்தாச் சரி."

பையன்களுக்கு ஒரே குஷி. பாண்டியன் தமிழய்யாவிடம் அனுமதி கேட்டு ஒரு பையனைப் பாடச் சொல்லி மேஜையில் தாளம் போட்டார். பையன் அனுபவித்துப் பாடினான்.

"எத்தனை காலந்தான் ஏமாற்றுவார்

இந்த நாட்டிலே

சொந்த நாட்டிலே..."

பாண்டியன் துணைக்குப் பாடினார்.

"சொந்த நாட்டிலே..."

மேத்ஸ் மனோகரன் தமிழய்யாவுக்குப் பக்கத்தில் உட்கார்ந் திருந்தார். சைன்ஸ் தங்கச்சாமியும் கிராப்ட் வாத்தியாரும் சேர்க்கை. கிருஷ்ணசாமி சுப்பையாதாஸ் டிராயிங் மாஸ்டர் மூணு பேரும்

ஒரு கூட்டு. குழந்தைச்சாமி பாண்டியனுக்குத் துணை. ரங்கராஜன் தனிக்கட்டை.

சத்தம் அதிகம் இருப்பதைக் கேட்டு வாட்ச்மேன் வீரணன் வந்து ஹாலில் எட்டிப் பார்த்தான். கச்சேரி உச்சக்கட்டத்தில் இருந்தது. இதுவும் ஒரு படிப்பாயிருக்கும் என்ற முடிவில் தலை யாட்டிக்கொண்டு போய்விட்டான்.

பாட்டு முடிந்தது. பையன்கள் படிக்க உட்கார்ந்தார்கள். பாண்டியன் கிராப்டைக் கிண்டினார்.

"என்ன சார் கொழாயில கஞ்சா கிட்டிச்ச மாதிரி மூக்குல பொடிய ஏத்துறீக. விசேசம் ஏதும் உண்டா."

கிராப்டின் மூக்கு சுறுசுறுப்படைந்தது.

"சார்வாளுக்கு வேற ஆள் கெடைக்கலயா."

"சும்மா தப்பிக்காதங்க. ரெண்டு பையன்கள கிளாஸ்ல வச்சு அடிச்சீகளாம். ஒருத்தனுக்கு லேசான அடியாம். மத்தவனுக்கு கனமாக் குடுத்தீகளாம். அதென்ன பாரபச்சம். அடிக்கிறதுக்கு முந்தி ரெண்டு பேரவும் கூப்புட்டு ரகசிய வெசாரண நடந்துச்சாம். சமாச்சாரத்தச் சொல்லுங்க."

எல்லாரும் கிராப்டைப் பார்த்தார்கள். அவருக்கு ஒரு மாதிரி யாகப் போய்விட்டது.

"அய்யோ ராமா ராமா. அத யாரு ஒங்ககிட்டச் சொல்லித் தொலெச்சது."

"எனக்குத் தெரியாம இந்த ஸ்கூல்ல எதும் நடந்துருமா சார்."

"பையங்க சொல்லலன்னா சிவன்கோயில் கம்பியில புல்லப்ஸ் எடுக்கச்சொல்லி கீழ ஸ்டூல உருவிவிட்டுருவீங்க."

சிரிப்படங்கியபின் பாண்டியன் தூண்டினார்.

"சமாச்சாரத்தச் சொல்லாம மழுப்புறீகளே."

"விடமாட்டீங்களே... சார்வாள் நடந்தது இவ்வளவுதான். எட்டாங்கிளாஸ்ல ரெண்டு பையங்களுக்குச் சண்ட. கெட்டவார்த்த சொல்லித் திட்டீருக்கான். பொண்ணுகெல்லாம் சீச்சீன்னு மொகத்த மறச்சிருக்குது. அந்த நேரம் பாத்து நான் வெளிய போயிட்டென்."

"மூக்குல பழைய சரக்க வெளியேத்தீட்டு புதுச்சரக்கேத்தப் போயிட்டீங்களாக்கும்."

"நான் உள்ள வரவும் சண்ட நின்னுபோச்சு. என்ன நடந்ததுன்னு கேட்டென். எவனுஞ் சொல்லல."

“போலீஸ் வெசாரணதான்.”

“ஒரு பொண்ணு எந்திரிச்சு கெட்ட வார்த்த பேசுனாங்க சார்னு சொன்னது. சண்டபோட்டவங்களக் கூப்புட்டு என்ன பேசுனாங்கன்னு தெரிஞ்சுக்கிற வேண்டாமா.”

“கண்டிப்பாத் தெரிஞ்சுக்கிறணும்.”

“ஒருத்தன் பேசுனத மத்தவங்கிட்டக் கேட்டு வார்த்தைக்குத் தக்க ஒத குடுத்தென்.”

டிராயிங் மாஸ்டர் ஆமோதித்தார்.

“நியாயமான தண்டன சார். சண்ட எப்படி ஆரம்பிச்சதாம்.”

“ஒரு பொண்ணு ஒருத்தங்கிட்ட கட்டபொம்மனுக்குக் கொழந்தையிருந்துச்சான்னு சந்தேகம் கேட்டதாம். கட்டபொம்ம னால எப்படி கொழந்த பெறமுடியும்னு இவன் மறு சந்தேகம் கேட்ருக்கான். இது மத்தவனுக்குப் புடிக்கல சண்ட தொடங்கியிருச்சு.”

கலகலப்புக்கிடையே பாண்டியன் அக்கறையாகக் கேட்டார்.

“என்ன வார்த்த பேசிக்கிட்டாகளாம் சார்.”

“சார்வாள் ஒங்களுக்குத் தெரியாத வார்த்தையா பேசப்போறான்.”

பாண்டியன் கிராப்டை விட்டுவிட்டு ரங்கராஜனை நோண்டினார்.

“ரங்கராஜன் சார் கலியாணத்துக்கு நம்ம பாட்டுக் கச்சேரிதான். கிருஷ்ணசாமி சார் காய்கறி வாழ எல குடுத்துறணும். தாஸ் சார் சுத்தமான பால் அனுப்பணும். பலசரக்கு தீத்தம் சார் பொறுப்பு. கொழந்த சாரோட ஹோட்டல் மாஸ்டர் சமையல். வெத்தல ரெம்ப வாங்கிப் போடுங்க. தமிழய்யாவுக்கு வயிறு நெறையணும்.”

ரங்கராஜன் சலனமில்லாமல் உட்கார்ந்திருந்தார். அவரது நினைவுகள் ஹாலில் இல்லை.

அந்த நேரம் கிராப்டிடம் பொடி வாங்கி உறிஞ்சிய கிருஷ்ண சாமி வேட்டுத் தும்மல் போட்டார்.

“நீங்க கணக்குவழக்குப் பேசுறதுக்கு எடஞ்சலாருக்கா. பொறுங்க சார் நாங்க வெளிய தப்பிச்சுக்கிறொம்.”

பாண்டியன் ஓடுவதுபோல் பாவனை செய்தார். கிருஷ்ணசாமி மூக்குச் சுளிப்பை நிமிர்த்தி பொடியை மெச்சினார்.

“நல்ல காரம் பொடிக்கு.”

“காரம் மணம் குணம் நிறைந்த என்.வி.எஸ். பட்ணம் பொடி. ஒங்க கெணறு தோண்டுறதுக்கு வேட்டு மருந்து தேடி எங்கெங் கயோ அலஞ்சீகளே கைக்குள்ளயே சரக்க வச்சுக்கிட்டு.”

கிராப்ட் மூக்குத் தூர்வையை கர்சீப்பால் வாங்கிக்கொண்டு லேசானார்.

"சார்வாள் மூக்கும் கெணறு மாதிரிதான்."

"ஆமாமா. கெணறேதான். சார் இதுல எந்தச் சரக்கு நல்லாருக்கும்."

"என்.வி.எஸ்.தான் காட்டம்."

"அது கெடைக்காற நேரத்துல என்ன செய்வீக."

"ஏழாயிரம்பண்ண துரைராஜ் பொடி. கூட்டாம்புளி ஜோஸ்யர் பொடி எது கெடச்சாலும் போட்டாகணும். மண்ணுபோல இருக்கும். சுகந்தம்னு ஒண்ணு உண்டு. கமகமக்கும்."

"இனிப்பு புளிப்புன்னு எதுங் கெடையாதா சார்."

"போட்டுப் பாருங்க தெரியும்."

"போட்டா அது வெளிய இழுத்துட்டு வாற சங்கதிய வாங்கிக்கிறதுக்கு நீங்கதான் துண்டு நெய்து குடுக்கணும். அதக் கேக்க மறந்துட்டனே. ஏன் சார் எல்லாருக்கும் துண்டு குடுத்திருக்கீகளே எனக்கு இல்லையா. வேர்வையைத் தொடச்சுக்கிறலாமில்ல."

"நீங்க வாங்களேன் சொந்தமா நெய்துக்கிறலாம். பையங்க அப்படித்தான் நெய்துக்கிட்டாங்க."

"தமிழய்யாவுக்கும் அப்படித்தான் துண்டு கெடச்சதோ. அவருக்கு வாயால நெய்யிறதுக்கே சரியாருக்கும். பாண்டியனப் புடிக்கலன்னா அதுக்குச் சாக்குச் சொல்றீகளாக்கும்."

"சார்வாள் நீங்க மைனர். நம்ம துண்டத் தோளுமேல போடு வீங்களா."

"அது சரி."

தமிழய்யா ஓரப் பார்வையில் கவனித்துக்கொண்டிருந்தார். ரங்கராஜனுக்கு மனசு எதிலும் ஒட்டவில்லை.

ஹாலுக்குள் அரட்டையடங்கி கொஞ்ச நேரமாகியிருந்தது. திடீரென்று ஒரு பையன் மூலையில் குமித்துக்கிடந்த பழைய மரச்சாமான்களுக்குள்ளிருந்து கிளம்பி வந்த பெருச்சாளியை விரட்டிக்கொண்டு ஓடினான். எல்லாப் பையன்களும் எழுந்து விட்டார்கள். நல்ல வேடிக்கை.

சுவரில் சாவகாசமாகச் சாய்ந்திருந்த தமிழய்யா இதென்னடா வம்பாகப் போயிற்று என்று நிமிர்ந்து உட்கார்ந்தார். பையன்கள் கையில் கிடைத்ததை எடுத்துக்கொண்டு கெலித்தார்கள்.

ரங்கராஜன் மேஜைமீது உட்கார்ந்துகொண்டார். பாண்டியன் மரச்சட்டமொன்றைத் தேடிப்பிடித்துப் பாய்ந்தார். தங்கச்சாமிக்கு வயிற்றைக் கலக்கியது. பெருச்சாளி லேபரட்டரிக்குள் நுழைந்து விட்டால் என்ன செய்வதென்று தவியாய்த் தவித்தார்.

முதலில் காலியாகப்போவது கண்ணாடிக் கூண்டுக்குள்ளிருக்கும் எலும்புக்கூட்டு மனுசன்தான். சுக்குநூறாகிவிடுவான். அப்புறம் ஒவ்வொரு எலும்பாக எடுத்துக் காட்டித்தான் பாடம் நடத்தணும்.

பௌதிகத் தராசு குடுவை டியூப் எல்லாம் என்ன கதியாகுமோ. அமிலம் சிந்தினால்... அதை நினைத்தாலே மயக்கம் வந்தது.

நல்ல வேளை. பெருச்சாளி பாண்டியனிடம் மாட்டிக்கொண்டது. அடித்துத் தூக்கி வந்து ஹாலில் போட்டுவிட்டு தோரணையாகப் பார்த்தார். தங்கச்சாமிக்கு இன்னும் படபடப்பு அடங்கவில்லை.

“பாண்டியன் சார் நீங்களும் ஸ்டூடன்ட்டாயிட்டீகளே.”

“நம்ம போகலன்னா அடிபடுமா சார். ஓங்க லேப் அரோகராதான்.”

பெருச்சாளியைச் சுற்றி நின்று எல்லாரும் பிரஸ்தாபித்தார்கள். பழைய பழைய கதைகளைச் சொல்லி மாளவில்லை. சுண்டெலி கரப்பான் தேள் என்று பேச்சு நீண்டுகொண்டே போனது. முடிவாக பாண்டியன் ஒரு கதையைச் சொல்லிவைத்தார்.

“ஒரு நா பாருங்க நான் செகண்ட் ஷோ சினிமா பாத்துட்டு வாறென். ரோடு வெறிச்னு கெடக்குது. மார்க்கெட் முக்குல திரும்புனா சாக்கடப் பக்கமிருந்து பண்ணிக்குட்டி மாதிரி ஒரு உருப்படி வந்து நடுரோட்ல மேயிது. உத்துப்பாத்தா பெரிய பெரிச்சாளி. மார்க்கெட் சந்துலருந்து. அத ஒரு பூன பாத்துக்கிருச்சு. ஒடனே வேகமாப் பாஞ்சுவருது, பெருச்சாளி கொஞ்சங்கூட அலட்டிக்கிறல. இப்ப என்ன செய்யப்போறன்னு ரெண்டு காலவும் தூக்கீட்டு எதுத்து நிக்குது. பூன சடன் பிரேக் போட்டு ஏறிட்டுப் பாக்குது. எக்குத்தப்பா மாட்டிக்கிட்டமோன்னு அதுக்கு பயம். இதெல்லாம் நம்மகிட்ட வச்சுக்கிறாதன்னு பெருச்சாளி மொறைக்குது. சும்மாதான் வந்தன்னு பூன வால மடக்கீட்டு வந்த வழியே திரும்பி நடக்குது. ஒண்ணும் நடக்காறதுபோல பெருச்சாளி அது பாட்டுக்கு உருண்டுக்கிட்டே போகுது. எனக்குக் கோவந் தாங்கல. இருட்டுக்குள்ள கெடச்சத எடுத்துக்கிட்டு பூனமேல ஒரு எறிவுட்டென். அது போன எடந் தெரியல.”

சூழ்ந்து கவனித்துக்கொண்டிருந்த பையன்கள் சிறிது நேரத்தில் விரண்டோடி அவரவர் இடத்தில் உட்கார்ந்து அமைதியாக புஸ்தகங்களை முணுமுணுத்தார்கள். மற்ற வாத்தியார்கள் ஓரத்தில்

ஒதுங்கி நின்றார்கள். ரங்கராஜன் மட்டும் மேஜையில் உட்கார்ந்த வாறு பாண்டியனையே பார்த்துக்கொண்டிருந்தார்.

நேரங்கெட்ட நேரத்தில் எட் மாஸ்டர் அங்கே வந்து நிற்பா ரென்று யாரும் எதிர்பார்க்கவில்லை. தமிழய்யாவின் முகத்தில் கலவரம். வையாபுரி செய்த ஏற்பாடு இப்போது விளங்கியது. எட் மாஸ்டர் வருவதாகச் சொல்லியிருப்பார். அவன் மற்றவர்களிடம் இந்த விஷயத்தை வெளியிடாமல் ஸ்கூலுக்கு வரச்சொல்லியிருப்பான். அவன்மேல் குற்றமில்லை. நைட் ஸ்டடியை எல்லா வாத்தியார்களும் அக்கறையாகக் கவனித்துக்கொள்வதாக எட் மாஸ்டர் நினைக்கலாம். ஆனால், காரியம் கெட்டுப்போயிற்றே.

ரங்கராஜன் இறங்கிக்கொண்டார். எட் மாஸ்டரின் அமைதி கலையவில்லை.

“மிஸ்டர் ரங்கராஜன் பாடம் எப்படிச் சொல்லிக்கொடுக்கிறீங்க.”

ரங்கராஜன் பேசவில்லை. பாண்டியன் சொன்னார்.

“ஸ்கூலுக்குள்ள பெருச்சாளி கெடந்துருக்கு சார். அது பாருங்க இண்ணைக்குச் சாகணும்னு இருந்துருக்கு.”

பாண்டியன் பெருச்சாளியைக் காலால் தள்ளினார். எட் மாஸ்டர் ரங்கராஜனை நோக்கினார்.

“அப்ப இன்றைக்கு நைட் ஸ்டடி பெருச்சாளிப் பாடம் இல்லையா மிஸ்டர் ரங்கராஜன்.”

கார் வந்த சத்தங்கூடக் கேட்கவில்லையே என்று யோசித்துக் கொண்டிருந்த ரங்கராஜனிடமிருந்து படக்கென்று பதில் வந்தது.

“சரித்திரமெல்லாம் படிச்சு முடிச்சாச்சு சார்.”

எல்லாரும் ரங்கராஜனைப் பார்த்தார்கள். எட் மாஸ்டர் நிதான மிழக்கவில்லை.

“சரித்திரத்துலதான் நம்ம பையங்க வீக்கா இருக்காங்க. நீங்க என்னன்னா படிச்சு முடிச்சாச்சுன்னு சொல்றீங்களே.”

“நம்ம சரித்திரமே ரொம்ப வீக். அதுல இன்னும் படிக்கிறதுக்கு என்ன இருக்கறது.”

“அதனாலதான் பெருச்சாளியப் பத்திப் படிக்கிறாங்களோ.”

ரங்கராஜன் தயங்கவில்லை.

“பெருச்சாளி அக்ராரத்துக்குள்ள நொழஞ்சாக் கவலையில்ல. ஸ்கூலுக்குள்ள நொழஞ்சு எங்கமேல வந்ததாலதான் இவ்வளவும்.”

“மிஸ்டர் ரங்கராஜன் நீங்க பேசுறது சரியால்ல. ஒங்க டியூட்டிய கரெக்டா செஞ்சா நான் ஏன் கேக்கிறென்.”

எட் மாஸ்டர் கழுத்தில் தங்கச் சிலுவையைத் தடவியபடி ஏறிட்டுப் பார்த்தார்.

ரங்கராஜனின் பார்வையும் நிமிர்ந்தது.

“அதக் கேக்கறதுக்கு ஒரு யோக்யத வேணும்.”

ரங்கராஜனுக்கு உடம்பு படபடத்தது. தமிழய்யா ஓடி வந்து அவரைக் கூட்டிக்கொண்டு வெளியே போனார். கொஞ்ச நேரத்தில் காரியம் இவ்வளவுக்கு முற்றிவிட்டதே என்று அவருக்கு மனசு அடித்துக்கொண்டது. வெற்றிலையைத் துப்பிவிட்டு சமாதானப்படுத்தினார்.

“உணர்ச்சிவசப்படாதங்க சாமி. தயவுசெஞ்சு அமைதியாருங்க.”

மனோகரன் எட் மாஸ்டருடன் ஆபீஸ் பக்கம் போனார். ஆபீஸ் வாசலில் வையாபுரியும் வீரணனும் காரைக் காத்து நின்றார்கள்.

பாண்டியனுக்குப் பின்னால் மற்ற வாத்தியார்களும் பையன்களும் முகத்தில் ஆச்சரியம் அப்பியபடி எட்டிப்பார்த்தார்கள். கார் புறப்பட்டு மறையும்வரை அவர்களுக்கு வார்த்தை வரவில்லை.

பேச்சு முற்றிச் சூடுபிடிக்கும்போதே ரங்கராஜனைத் தள்ளிக்கொண்டு போய்விடலாமா என்று பாண்டியனுக்குத் தோணத்தான் செய்தது. ஆனாலும் வண்டி மோதியடங்கட்டும் என்று கட்டுப்படுத்திக்கொண்டார். ஒரு விதத்தில் அவருக்கு வெட்கமாகக்கூட இருந்தது.

வராண்டாவில் தமிழய்யா இன்னும் ரங்கராஜனுக்குச் சமாதானம் சொல்லிக்கொண்டிருந்தார்.

“சாமி நீங்க இப்படிக் கோவப்படுவீங்கன்னு நான் எதிர்பார்க்க வேயில்ல. தனிப்பட்ட வெவகாரங்களப் பொது எடத்துல வச்சுப் பேசியிருக்கக்கூடாது.”

“நீங்களுந்தான் வயசானவங்க சார். இப்படியா நடந்துக்கறேள்.”

“நீங்க அத மனசுல வச்சுக்கிட்டுப் பேசுறீங்கன்னு நெனைக்கிறென்.”

“எதப் பேசி என்ன பண்ணறது. அந்தப் பொம்மனாட்டிக்கு ஒரு பிரம்மச்சாரிக் கருப்பன் கெடைக்கல பாருங்க.”

ரங்கராஜனுக்கு குரல் கம்மி கண்ணில் நீர் கோர்த்தது. தமிழய்யா அவரது கையைப் பற்றிக்கொண்டு ஸ்டடி ஹாலுக்குள் நுழைந்தார்.

# 14

அதுக்குப்பிறகு எவ்வளவோ நடந்துவிட்டது.

அம்மைபோட்ட முகம்போல் ஸ்கூல் களையிழந்து காணப்பட்டது. பையன்கள் ரங்கராஜனைப் பார்த்ததும் காதைக்கடித்தார்கள். பெண்கள் புறாப்பார்வையிலும் பேச்சிலும் பரிமாறிக்கொண்டார்கள்.

அவர் எதையும் கண்டுகொள்ளவில்லை. வழக்கம்போல் பாடம் நடத்தினார். ஒரு வித்தியாசம். பையன்களை இப்போது திட்டுவதில்லை.

டீச்சர்ஸ் ரூமில் ஒரு கட்டாய அமைதி உட்கார்ந்திருந்தது. ரெண்டு பக்கமும் பகைத்துக்கொள்ளமுடியாத தர்மசங்கடம் வாத்தியார்களுக்கு. கிராப்ட்கூட பொடிச்சிரிப்பைச் சுருக்கிக்கொண்டார். தங்கச்சாமிக்கும் மனோகரனுக்கும் கிளாஸ்மீது ரெம்பக் கரிசனை வந்திருந்தது. அவசரம் அவசரமாக ஓடிப்போனார்கள். அவர்களுடன் வலியப்பேச பாண்டியனுக்கு மனசு வலித்தது. இதெல்லாம் ஏன் ஏன் என்று தமிழய்யாவுக்கு அடிக்கடி வெற்றிலை விக்கியது.

பேருக்கு பிரேயர் நடந்தது. பையன்கள் கண்ணை லேசாகத் திறந்து ரங்கராஜனுக்கும் எட் மாஸ்டருக்கும் கோடுபோட்டார்கள். சிலகோடுகள் ருக்மணியையும் சேர்த்து முக்கோணமிட்டன.

"ஒரு நாளைக்கு நமக்கும் இந்தக்கதிதான்" என்று ராஜேஸ்வரி பாண்டியனை வருத்தமாகப் பார்த்துவிட்டுப் போனாள். "நம்ம கதையே வேறம்மா" என்று அவர் சிரித்துச் சமாளித்தார்.

ரங்கராஜன் சுரத்தில்லாமல் ஊருக்குப் போய்வந்தார். வாரந் தோறும் அவரை அனுப்பிவைப்பதில் தமிழய்யா கவனமாக இருந்தார். ருக்மணி எப்போதாவதுதான் ஊருக்குப் போனாள். வையாபுரி துணைக்கு வந்து முந்தின பஸ்ஸிலோ பிந்தியோ அனுப்பிவைத்தான். திங்களன்று பஸ் ஸ்டாண்டில் காத்திருந்து

கூட்டிப்போனான். ருக்மணியின் வழக்கமான சிரிப்பில் இப்போது கனிவு கொஞ்சம் கூடியிருந்தது.

அன்றைக்கு மதியம் பாண்டியன் தமிழய்யாவிடம் சொல்லிக் கொண்டு ஹோட்டலிலிருந்து முந்தியே திரும்பிவிட்டார். ஸ்போர்ட்ஸ் ரூமில் கணக்கெடுப்பு பாக்கியிருந்தது. வேம்புநிழலில் நின்று சற்று வேர்வையைத் துடைத்தவருக்கு தற்செயலாக வையாபுரியைப் பார்த்ததும் திக்கென்றது. அக்ரஹாரத்துக்குள்ளிருந்து கேரியர் சுமையுடன் வந்துகொண்டிருந்தான்.

“வே பஸ்டாண்டுக்கு இப்படியொரு வழியிருக்குதா.”

அவன் நிற்கவில்லை.

“சார் அதுக்குள்ளயா சாப்பிட்டுட்டு வந்துட்டீக.”

“இப்ப நிக்கப்போறயா இல்ல கால ஒடிச்சுக் கையில குடுக்கணுமா.”

அவரது அரட்டலைக் கேட்டு அவன் பயந்துதான் போனான். நெருங்கிவந்து சொன்னான்.

“சார் கோவிச்சுக்கிறாதங்க.”

“நான் சீக்கிரமா சாப்பிடுறதப்பத்தி ஒனக்கென்ன கவலன்னு கேக்கென். வெயிலுக்கு நிக்கிறதுகூட ஒங்களுக்கு எடஞ்சலாருக்குதா.”

“நான் கேட்டது தப்புதான் சார். போயும்போயும் ஒங்ககிட்டயா மாட்டணும்”

“மாட்டிக்கிற அளவுக்கு என்ன நடந்துபோச்சு.”

“பெறகு வெவரமாச் சொல்றென்.”

“போயிட்டு வா கவனிச்சுக்கிறென்.”

“ஒங்களுக்குத் தெரியாதா பஸ்டாண்டு அக்ராரத்துக்கு மாறுனது.”

“அது எப்ப.”

“இண்ணைக்குத்தான்”

அவன் நாலெட்டில் தாவி ஆபீசுக்குள் நுழைந்துவிட்டான்.

சாயங்காலம் ரெண்டுபேரும் சிவன்கோயிலில் ஒரு பீரியடு பேச்சுப் போட்டார்கள். அவர் அவனைக் கிடுக்கிப்பிடியில் விஷயத்தைக் கக்கவைத்துவிட்டார்.

“வே எங்கிட்டச் சொல்லலன்னா தூணுல கெட்டிவச்சுத் தோல உரிச்சிருவென்.”

“சாமிக்குத் தெரிஞ்சா வெவகாரம் முத்திக்கிருமோன்னுதான் வாய மூடீட்டு இருந்துக்கிட்டென்.”

“அப்படியும் என்னாச்சு. அண்ணைக்கு ராத்திரி மொத ஷோ நடந்ததப் பாத்துட்டுத்தான இருந்த. ரெண்டாவது ஷோ எண்ணைக்கு நடக்கப்போகுதோன்னு மனசு கெடந்து அடிச்சுக்கிருது.”

“ கதையே முடிஞ்சுபோன பெறகு அதப்பத்திப் பேசுறது நல்லதாத் தெரியல சார்.”

“முடிஞ்சே போச்சா.”

“கலியாணமாகி ரெம்பநாளாச்சு.”

“வே நெசந்தானா.”

“ஒங்களப்போலன்னு நெனச்சீகளா. காரியம் கமுக்கமா நடந்துருச்சு.”

“எங்கவச்சு நடந்தது.”

“வேதக்கோயிலா இந்துக்கோயிலான்னு தெரியல.”

“இது அய்யாவோட வீட்டுக்குத் தெரியுமா.”

“தெரியாதுன்னுதான் நெனைக்கென். ஏன்னா வீட்ல ஆருமே இல்ல.”

“எங்க போயிட்டாக.”

“பையன் ரெம்பநாளைக்கு முந்தியே வெளிநாட்டுக்குப் போயிட்டாரு. அப்படியே அம்மாவவும் கூப்புட்டுக்கிட்டாரு போலருக்கு.”

“அய்யாவுக்கு உள்நாடுதான் புடிச்சுப்போச்சாக்கும்.”

“ஒங்களப்போல சொந்தநாட்டுமேல ஒரு பத்துதல்தான்.”

“எனக்கு ஓம் முதுகுமேலதான் பத்துதல். அடப்பாவிகளா எல்லாருமாச் சேந்து சாமியக் கவுத்தீட்டீகளே.”

“அவரா கவுந்துக்கிட்டா அதுக்கு ஆரு பழி. டீச்சரம்மாவோட பூர்வீகந் தெரிஞ்சா இப்படிப் பேசமாட்டீக.”

“பூர்வீகத்துக்கென்ன.”

“கலப்படந்தான். தாயி அய்யமாரு. தகப்பன் மொதலியாரு. பெரிய சவுளிக்கட. சொத்துச்சொகம் ஏராளம். ரெண்டாந்தார மானாலும் அவரோட இருக்கிறவரைக்கு மதிப்பு மரியாதைக்குக் கொறச்சலில்ல. டீச்சரம்மா ஒரே பொண்ணு. செல்லமா வளந்தது.”

“அப்பா வுட்டுட்டுப் போயிட்டாரா.”

“மனுசன் திடீர்னு கண்ணமூடீட்டாரு. பெறகு கேக்கணுமா. ஒதுக்கி வச்சு வெரட்டியடிச்சிட்டாக.”

“வெறுங்கையோடயா.”

“பேனாப் போகுதுன்னு ஆத்தோரம் கொஞ்சம் வயலு எழுதி வச்சிருக்காக. அப்ப டீச்சருக்குச் சின்னவயசு. பெராமணக்குடியிலயும் ஒட்டமுடியாம இங்கயும் சேரமுடியாம தாயும் மகளும் ரெண்டுங் கெட்டானா அலக்கழிஞ்சிருக்காக. அந்தக் கஸ்டத்துலயும் டீச்சரு படிச்சு முன்னுக்கு வந்துருக்குது பாருங்க. அது பெரிய காரியந்தான்.”

பாண்டியனுக்கு ருக்மணி மீதிருந்த ஒருவிதமான வெறுப்பு குளிரத் தொடங்கியது.

“அதுக்கு ஒரு வைராக்யம் வேணும்.”

“அதப் பொண்ணுகேட்டு வந்தவுகெல்லாம் சாதி என்னன்னு கௌறிக் கேட்டுட்டு அவருமில்லாமத் திரும்பிப் போயிட்டாக. என்ன சாதின்னு சொல்றது. அய்யமொதலியாருன்னா இல்ல மொதலியாரய்யருன்னா. இதெல்லாம் தெரிஞ்சா நம்ம சாமி ஏத்துக்கிருவாரா. மத்தவுகளப் போலதான் இவரும் இருப்பாருன்னு நெனச்சு டீச்சரம்மா ஒதுங்கீருச்சு. சாமியும் வுடாமத் தொயங் கெட்டித்தான் பாத்துருக்காரு. அம்மா எடங்குடுக்கல. அதுக்குப் பயம் என்னன்னா வெசயம் தெரிஞ்சு அக்ராரத்துல குடியிருக்க முடியாமப் போயிருமோன்னு.”

“நம்ம சாமியப் பத்தித் தப்புக்கணக்குப் போட்டுருச்சே. நீ எங்கிட்ட ஒரு வார்த்த சொல்லியிருந்தா சரிப்படுத்தியிருப்பனே.”

“ஆருட்டயும் சொல்லவேணாம்னு அழுகாற கொறையா கேட்டுக்கிருச்சு. ஒருத்தரோட பெழப்பக் கெடுத்துறப்புடாதே.”

“இது நல்ல பெழப்பாக்கும்.”

“எவ்வளவு காலத்துக்குத்தான் பாதுகாப்பில்லாம இருக்கிறது. காலம்போற போக்கப் பாத்தா இந்தி நெலச்சுக்கிறாதுன்னு தோணுது. அப்ப நடுத் தெருவுலதான் நிக்கணும். அதுக்கிது எவ்வளவோ தாவல.”

“சமாளிக்காதவே.”

“நடக்கிற நடப்பத்தான் சொன்னென். டீச்சரம்மாவ சாமி ஏத்துக்கிருவாருன்னே வச்சுக்கிருவொம். குடும்பத்துல ஒத்துக் கிருவாகளா. ஆயிரம் சாத்தரம் கொலம் கோத்தரம் குடுமி வடக்கயா தெக்கயான்னு பாக்கிற சனங்களாச்சே. அவரோட தங்கச்சியவேற கரையேத்தணுமே.”

வையாபுரிக்கு இவ்வளவு கூறுக்கணக்கு எப்படி வந்தது என்று பாண்டியனுக்கு உள்ளுக்குள் பலத்த யோசனை. வெளிக்காட்டிக் கொள்ளவில்லை.

“நீ சொல்றது வாஸ்தவந்தான்.”

“நான் ஒண்ணு கேக்கென். தப்பா நெனச்சுக்கிறமாட்டீகளே.”

“சொல்லு.”

“டீச்சரம்மா அக்ராரத்துப் பொண்ணுன்னுதான சாமி இம்புட்டுக் கணக்குப்போட்ருக்காரு. இதே வேதக்கார எட் மாஸ்டர் அய்யராருந்து இல்ல அந்தம்மா வேற ஒரு அய்யரத் தேடிக்கிட்ருந்தா பள்ளிக்கூடத்துக்குள்ள பத்துப் பேருக்கு முன்னால சண்ட நடந்துருக்குமா. என்னக் கேட்டா நடந்துருக்காதுன்னுதான் சொல்லுவென்.”

“வே சாமி டீச்சருமேல வச்சிருக்கிற பிரியத்தக் கேவலப்படுத்துற.”

“வெளிய ஆயிரம் பேசுனாலும் உள்ள இருக்கிறத அழிக்கமுடியாது சார். அது மூங்கில் பண்ணமாதிரி.”

பாண்டியனுக்கு மூஞ்சியில் பந்துமோதிய அதிர்ச்சி. வையாபுரி அவரைத் துருவினான். அவர் தலைநிமிர்ந்தார்.

“எல்லாரவும் சகட்டுமேனிக்கு எடபோட்றாத.”

“நீங்க என்ன செய்றீகன்னு பாக்கத்தான போறென்.”

அவருக்குப் பந்து கையில் அகப்பட்டுவிட்டது.

“நான் கஸ்டப்படுறத வேடிக்கபாக்கப் போறயாக்கும். வள்ளுவர் என்ன சொல்லியிருக்காரு தெரியுமா. உடுக்கை இழந்தவன் கைபோல ஆங்கே இடுக்கண் களைவதாம் நட்பு. ஒன்ன நண்பன்னு சொல்லிக்கிறதுக்கே வெக்கமாருக்கு.”

“நம்மளப்பத்தி அப்படியா நெனச்சுக்கிட்டீக. ஒருத்தர மனசுக்குப் புடிச்சுக்கிருச்சுன்னா அவருக்காக உசிர வுடுவனாக்கும்.”

“அப்ப என்னப் புடிக்கலன்னு சொல்லு.”

“ஆமா புடிக்கல.”

“அய்யாவுக்குப் புடிக்கணும்னா எப்படி நடந்துக்கிறணும்.”

“மொதல்ல ஒங்க வீட்டுக்குக் கூட்டீட்டுப் போகணும்.”

“அதத்தான் நானும் நெனச்சுக்கிட்ருக்கென். நீ மட்டும் ஒதவிக் கிருந்தாப்போதும். எடுத்த காரியத்த நடத்தி முடிச்சிருவென்.”

“ஒங்களுக்கில்லாற ஒதவியா. சொல்லுங்க சார். காத்துருக்கென்.”

“வாற வியாழக்கெழும சாயங்காலம் பெறப்புட்டு எங்க ஊருக்குப் போறொம். ராத்திரி அங்க தங்கீட்டு மறு நா மதியத்துக்குப் பெறகு அருப்புக்கோட்டைக்குக் கெளம்பி டீச்சரு வீட்ல போயி வுழுந்துரு. என்ன பிரயாசப்பட்டும் டீச்சரோட அப்பாவ கையோட கூட்டீட்டு சனிக் கெழமைக்குள்ள பாறக்கொளம் வந்து சேந்துறணும். தெரிஞ் சதா. நான் எப்படியும் எங்கய்யாவ அசத்தித் தள்ளீட்டு வந்துறென்.”

“கத அம்புட்டு வளந்துருச்சா. அப்ப தாமதிக்கப்புடாது. மணியடிக்கிறதுக்கும் சாப்பாடு எடுத்துட்டு வாறதுக்கும் மாணிக்கத்த நேமிச்சிட்டுக் கெளம்பீருவொம்.”

“நீ எங்கூட வாறது ஆருக்குந் தெரியவேணாம்.”

“டீச்சாரம்மாட்டக்கூடச் சொல்லமாட்டென். இப்ப மணி யடிக்கிறதுக்கு நேரமாச்சு. நான் வரட்டுமா சார்.”

வையாபுரி போனபிறகும் பாண்டியன் நினைவுக் கனத்தில் உட்கார்ந்திருந்தார்.

மறுநாள் காலை குளித்துத் திரும்பும்போதுதான் தமிழய்யாவிடம் தனியாகப் பேசுவதற்குச் சந்தர்ப்பம் கிடைத்தது. ருக்மணியின் சமாச்சாரத்தைச் சொன்னபோது அவர் முகத்தில் எப்போதும் போல் நிலைகொண்ட நிதானம். முன்னால் செல்லும் ரங்கராஜனை வெறித்துப் பார்த்தார்.

“சாமிக்குத் தெரியுமா.”

“தெரியாது.”

“அந்தக்காலத்துல காக்கைபாடினியம்னு ஒரு இலக்கிய நூல் இருந்தது. அத கடல் கொண்டுட்டுப் போயிட்டதால அதப்பத்தி நமக்கெல்லாம் தெரியாமப் போச்சு.”

காக்கைப்பாடினியத்துக்கு என்ன வந்துவிட்டது இப்போது. இந்தத் தமிழய்யாவே இப்படித்தான். மலையைக்கூட இலையாக மென்று குதப்பிக்கொள்வார்.

“ஆமாமா கடலுக்கு எரக்கமில்ல. நமக்கும் குடுத்துவைக்கல.”

முன்னால் நடந்த ரங்கராஜன் காத்திருந்தார்.

“பாண்டியன் நான் எவ்வளவு முன்னேறிட்டென் பாத்தேளா. ஒங்கள விட்டிண்டு தனியாப் போயிடுவனோன்னு பயம் வந்துடுச்சு. நின்னுட்டென்.”

பாண்டியன் வருத்தப்பட்டார்.

"இப்பவே தமிழய்யாவுக்குப் பிரிவு தாங்க முடியல."

மூணு பேரும் சேர்ந்து நடந்தார்கள்.

சனிக்கிழமை சாயங்காலம் பாண்டியன் துள்ளிக்கொண்டு வருவதைக் கவனித்த தமிழய்யா "போன காரியம் முடிஞ்சதா" என்று புருவத்தால் கேட்டார். பாண்டியன் ராகம் பாடிக்கொண்டே ரூமுக்குள் போய் பாயெடுத்துப் போட்டார்.

"யானைவரும் பின்னே மணியோசை வரும் முன்னே."

"கூட இருந்து கூட்டீட்டு வரக்கூடாதா."

"ஒன் வேகத்துக்கு நம்மளால ஈடு குடுக்க முடியாது. நீ முன்னால போ நான் சாவகாசமா வாறன்னு சொல்லீட்டாரு. என்ன சார் தனியா உக்காந்துட்டீக. வாக்கிங் போகலயா. ரங்கராஜன் சார் ஊருக்குப் போயிட்டாரா."

"கொஞ்ச நேரத்துக்கு முந்தித்தான் கெளம்பிப் போறாரு. நான் கிராப்ட் சாருக்குத் தொணையா நடந்துட்டு வரலாம்னுதான் நெனச்சென். எடையில நீங்க வந்து பூட்டிக்கெடக்கிற வீட்டுக்கு முன்னால காத்திருக்கணுமேன்னு ஒங்கள எதிர்பாத்து உக்காந் துட்டென்."

"ஒருவழியா அய்யாவக் கொண்டுவந்து ஒப்படச்சிட்டென். இனி ஒங்க பொறுப்புத்தான் எல்லாம்."

"சித்தி தம்பி எல்லாரும் எப்படியிருக்காங்க."

"நான் போனதுல சித்திக்குச் சந்தோசம். வுழுந்து வுழுந்து கவனிச்சுக்கிருச்சு. ராசபாண்டி என்னவுட்டுப் பிரியல. அவனுக்கு ஒரு பையன் இருக்கான். படு சுட்டி. பெரிப்பா பெரிப்பான்னு வளைய வளைய வருவான். நல்லாப் பேசுறான். ராத்திரி ஒறங்க வுடல. எங்கூடத்தான் படுத்துக்கிட்டான். அவன் பேச்சுக்கெல்லாம் சரிப்பா சரிப்பான்னு தட்டிக்குடுத்து ஒறங்கவச்சென். வீடுதான் அவனுக்குக் கிரவுண்டு. எங்கய்யா கிட்டிக்குச்சும் கம்பும் கடசல் மாதிரி செதுக்கிக் குடுத்துருக்காரு. அவனுக்கு பயந்துபோயி பானசட்டியெல்லாம் ஒதுங்க வச்சிருக்காக."

"டிரில் மாஸ்டர் வீட்டு வாரிசாச்சே. நீங்க அவனோட வெளையாடலயா."

"வெளையாட்டுச் சொல்லிக்குடுத்தென். என் மோதரத்த அவன் பெருவெரல்ல மாட்டிவுட்டென். பெரிப்பா மோத்தரம் பெரிப்பா

மோத்தரம்னு அவன் குதியாளம் போட்டதப் பாத்து எங்கய்யா வீடே இடிஞ்சு போறாப்புல சிரிச்சாரு. அப்படிச் சிரிச்சு நான் பாத்ததில்ல."

"இந்த வெளையாட்டுல மத்ததெல்லாம் மறந்துருக்குமே."

"மழைக்குத் தளுத்த மரம் போல என் மனசுக்குள்ள ஒரு சந்தோசம். அதக் கெடுத்துறக்கூடாதுன்னு தோணிச்சு. அதனால சித்தியிட்டயும் அய்யாட்டயும் சொல்லல. தம்பியிட்டமட்டும் ரகசியமாச் சொன்னென். அவனுக்குச் சந்தோசம். பின்னால சித்தியச் சரிப்படுத்திக்கிற பொறுப்ப ஏத்துக்கிட்டான்."

செருப்பு அறிவிப்பில் பாண்டியனின் அய்யா வந்துசேர்ந்தார். வந்து உட்கார்ந்ததும் உட்காராததுமாகக் கேட்டார்.

"சாமியக் காணுமே."

தமிழய்யா சொன்னார்.

"இப்பத்தான் ஊருக்குப் போறாரு."

"அடடா வுட்டுட்டனே. அவரத்தான் நெனச்சிக்கிட்டு வந்தென்."

தமிழய்யாவும் பாண்டியனின் அய்யாவும் ராத்திரி ரெம்ப நேரம் பேசிக்கொண்டிருந்தார்கள். பாண்டியன் அவர்களுக்குச் சாப்பாடு வெற்றிலை பாக்கு பழம் வாங்கிக்கொடுத்துவிட்டு ஸ்கூலுக்குப் போய் வீரணனுக்குத் துணையாகப் படுத்துக்கொண்டார். இடையில் வையாபுரி ரூமுக்கு வந்து ஆஜர் கொடுத்துவிட்டுப் போனான். அவன் பாண்டியனை முந்தியே சந்தித்து அருப்புக்கோட்டையிலிருந்து வெற்றிகரமாகத் திரும்பி வந்த கதையைச் சொல்லிவிட்டான்.

அவனைப் பார்த்ததும் தமிழய்யாவுக்குத் தெம்பு கூடியது. பாண்டியனின் அய்யாவிடம் ஆதியிலிருந்து சங்கதிகளைச் சொல்லிவந்து ஒரு தீர்வுக்கு அடிப்போட்டார்.

"எல்லாத்தவும் தாண்டி ரெண்டு பேரும் மனசுவிட்டுப் பழகிட்டாங்க. நீயில்லன்னா நானில்ல நானில்லன்னா நீயில்லங்கிற அளவுக்கு ஆகிப்போச்சு. பழைய நெனப்புல நம்ம கோவப்பட்டு அதுகளப் பிரிச்சுவச்சா வீணா நிம்மதிச் கொறச்சல்தான். அந்தப் பொண்ணால இவர மறந்துட்டு இன்னொருத்தரோட சந்தோசமா வாழமுடியுமா. இல்ல இவரு பிரிஞ்சு இருந்துருவாரா. ஒண்ணுசேர முடியலையேங்கிற ஏமாத்தத்துல அவங்க விபரீதமா முடிவெடுத்து ஒண்ணு கெடக்க ஒண்ணு ஆகிப்போனா அத நம்மாளதான் தாங்கமுடியுமா. அதப்போல பாவம் வேற ஏதுமில்ல. ஒங்களுக்குத் தெரியாறதில்ல. யோசிச்சு நல்ல முடிவச் சொல்லுங்க. தாயுந்

தகப்பனுமா இருக்கிற நீங்க நல்ல வழியக் காட்டுவீங்கன்னு நம்பித்தான் பாண்டியன் தனியாப் போயிப் படுத்துக்கிட்டாரு."

பாண்டியன் அய்யா பதட்டப்படவில்லை. ஊமைச் சிரிப்பில் குலுங்கினார்.

"கோட்டிக்காரப்பய இத எங்கிட்டச் சொல்றதுக்கென்ன. இவன் சந்தோசத்தக் கெடுத்துட்டு நான் ஆண்டியாவரத்துல மீசைய முறுக்கீட்டுத் திரிஞ்சு என்ன செய்ய. இவனுக்கு எளையவன் புள்ளக்காரனாயிட்டான். இவன் மட்டும் ஏன் இப்படியிருக்கான்னு நான் வருத்தப்படாத நாளுண்டுமா. கலியாணம் பண்ணிக்கிட்டு வந்து எங்களோடயா குடியிருக்கப்போறான். ஆர முடிச்சாலும் நல்லாருந்தாப் போதும். இனிமேப் போயி சாதியச் சொல்லு கௌயச் சொல்லுன்னு குருவிக் கூட்டக் கலைக்கிறது முட்டாத்தனம்."

"அவரோட சித்தி ஒரு பொண்ண மனசுல வச்சிருக்கும் போலருக்கு. அப்படியிருக்கையில இதச் சொல்லி ஒங்களுக்குள்ள மனஸ்தாபம் வந்துறக்கூடாதுன்னு அமைதியா இருந்துட்டாரு."

"இனிமே புதுசா என்ன மனஸ்தாபம் வரப்போகுது. எங் கஸ்டம் என்னோட இருந்துட்டுப் போகட்டும். அவனுக்குச் சீதனங் குடுக்க வேணாம்."

"தம்பிகிட்ட ஒரு வார்த்த சொல்லியிருப்பாருன்னு நெனைக்கிறென்."

"ராசபாண்டி காதுக்குப் போயிருச்சா. அப்பக் கவலையில்ல. ஆத்தாளச் சரிப்படுத்தீருவான். இனியென்ன பொண்ணு வீட்டுக்காரங்களக் கலந்துக்கிட்டு முடிவுபண்ண வேண்டியதுதான்."

தமிழய்யா பெருமூச்சுவிட்டார்.

"அவங்களப்பத்திக் கவலையில்ல. நம்ம வார்த்தைக்காகக் குடும்பமே காத்துக்கெடக்குது."

"அப்படின்னா நாளைக்கே வெத்தல பாக்குப் பரிமாறியிறலாம். நம்ம பையங்கிட்டச் சொல்லி ஏற்பாடு செய்யிங்க."

"நீங்க சரிசொன்ன பெறகு கல்யாணமே முடிஞ்ச மாதிரிதான். காலையில எல்லா ஏற்பாடும் தன்னால நடக்கும். பாண்டியனுக்கு அது வெளையாட்டுப்போல."

அதுக்குப் பிறகுதான் அவர்களுக்கு ஆழமான தூக்கம் வந்தது.

காலையில் தமிழய்யா முடிவைச் சொன்னபோது பாண்டியனுக்கு சின்னத் தயக்கமிருந்தது.

“ரங்கராஜன் சார் இல்லாம நடத்துறது நல்லதாப் படல சார்.”

“எனக்கும் உறுத்தலாத்தான் இருக்குது பாண்டியன். என்ன செய்றது. அய்யா இப்படி முடிவெடுத்துட்டாரே.”

“ஆயிரந்தான் சொல்லுங்க. இது ஒரு கொறதான்.”

“சாமி வந்ததும் பழிய எம்மேல போட்ருங்க. நான் பேசிக்கிறென். அய்யா மனசுப்படி காரியங்கள முடிச்சு அவரச் சந்தோசமா அனுப்புறதுக்கு வழியப் பாருங்க.”

அவ்வளவுதான். பாண்டியன் பம்பரமாகிவிட்டார். வையாபுரி மாணிக்கம் வீரணன் ஆகிய மூணு பேரைக் கொண்ட பட்டாளம் முடுக்கி விடப்பட்டது. ஓடியாடி எல்லா ஏற்பாடுகளையும் ஒரே மூச்சில் செய்துமுடித்துவிட்டார்கள்.

மாப்பிள்ளை வீட்டுச் சனங்கள் அய்யாத்துரையின் தலைமையில் கிளம்பினார்கள். பாண்டியன் அய்யா தமிழய்யா கிராப்ட் சுப்பையாதாஸ் கிருஷ்ணசாமி பட்டாளத்துக்காரர்கள் என்று ஒரு கூட்டமே திரண்டுவிட்டது. வையாபுரியின் ஏத்தாப்புத் தோரணையைப் பார்த்து கிருஷ்ணசாமியே அசந்துபோனார்.

கையில் பெரிய தாம்பாளத்துடன் அய்யாத்துரையின் சம்சாரம் நடக்க அதுக்குப் பின்னால் சுப்பையாதாஸ் பட்டாளத்துக்காரர்களின் வீட்டம்மாக்கள். ஈஸ்வரி முந்தியே ராஜேஸ்வரியின் வீட்டுக்கு ஓடிவிட்டாள்.

அங்கே போனால் தங்கச்சாமி மனோகரன் குழந்தைச்சாமி தீத்தாரப்பன் எல்லாரும் வரவேற்றார்கள். ஏற்பாடுகளைப் பார்த்து தமிழய்யா வையாபுரியின் சாமர்த்தியத்தை மெச்சிக்கொண்டார். ஆனாலும் ரங்கராஜன் இல்லாதது உறுத்தத்தான் செய்தது. பாண்டியன் அய்யா பெருமையாகச் சொன்னார் தமிழய்யாவிடம்.

“நம்ம பையனுக்கு பாறக்கொளத்துலதான் தாயாதிக ரெம்ப.”

ராஜேஸ்வரியின் அம்மா முகத்தில் பெரிய விளக்கு ஏற்றி யிருந்தது. ராஜேஸ்வரிக்குள் இனம் புரியாத படபடப்பு. திக்கித் திக்கிப் பேசினாள்.

பேச்சுவார்த்தை சுமுகமாக நடந்தது. ராஜேஸ்வரி அப்பாவும் பாண்டியன் அய்யாவும் அன்னியோன்னியமாகப் பேசிக்கொண்டி ருந்தார்கள். குழந்தைச்சாமியின் ஹோட்டலிலிருந்து மதியம் ஸ்பெஷல் சாப்பாடு வந்தது. சாப்பாட்டைப் பாராட்டாத வாயில்லை. குழந்தைச்சாமி பூரித்துப்போனார்.

இத்தனைக்கும் பாண்டியன் வெளியே தலைகாட்டவில்லை. தனியாக ரூமில் உட்கார்ந்து கற்பனைகளைச் சுதியேற்றி பெட்டியில் சோகமாக மேளம் வாசித்துக்கொண்டிருந்தார்.

அடுத்த வாரம் முழுக்க ரங்கராஜன் ஊரிலிருந்து திரும்பவில்லை. ரூமே வெறிச்சோடிப்போன உணர்வு பாண்டியனுக்கு. அடிக்கடி தமிழய்யாவிடம் அங்கலாய்த்தார்.

"ஒரேயடியா இருப்புப் போட்டுட்டாரே. நம்மள வுட்டுட்டு எப்படி இருக்கமுடியிது. நான் போயிப் பாத்துட்டு வரட்டுமா சார்."

"காரியமில்லாமத் தங்கமாட்டாரு. தங்கச்சியக் கரையேத்த வேண்டிய பொறுப்பு இருக்குதில்லையா. வீட்லயாவது கொஞ்சம் நிம்மதியா இருந்துட்டு வரட்டும். இனிமே அவரு பாறக்கொளத்துல வேலபாக்கிறதவிட சொந்த ஊர்ப் பக்கம் போறதுதான் நல்லதுன்னு நெனைக்கிறென்."

"ஏன் சார் அப்படிச் சொல்றீக."

"எனக்கென்னமோ அப்படித் தோணுது."

எட் மாஸ்டர்கூட ரங்கராஜன் வராததைப்பற்றி தமிழய்யாவிடம் பேச்சுவாக்கில் விசாரித்தார். தமிழய்யா ஏதேதோ சொல்லிச் சமாளித்தார்.

முழுப்பரீட்சை வேறு நெருங்கிக்கொண்டிருந்தது. நைட் ஸ்டடியைக் கவனித்துக்கொள்வதில் பாண்டியன் தமிழய்யாவுக்கு உறுதுணையாக இருந்தார். பகலில் ரங்கராஜனின் கிளாஸைக்கூட கவனித்துக்கொண்டார்.

ரங்கராஜன் ரெண்டாவது திங்கள்கிழமைதான் வந்துசேர்ந்தார். ஆள் ரெம்ப உடைந்துபோயிருந்தார். அம்மா இறந்துபோன செய்தியைச் சுமந்து வருவார் என்று யாருக்குத் தெரியும். அம்மா எப்போதாவது உடம்புக்கு முடியாமல் கிடந்ததாகக்கூட அவர் சொன்னதில்லை. அவரை எப்படி ஆறுதல்படுத்துவது என்று தெரியாமல் தமிழய்யா தத்தளித்தார்.

பாண்டியனுக்கு வருத்தம். கோவங்கூட. வெளிப்படையாகவே காட்டிவிட்டார்.

"ஆயிரந்தான் இருந்தாலும் நம்ம அன்னியந்தான. இதுக்கிது ஒரு வார்த்த சொல்லியனுப்பியிருக்கலாமில்ல. ஒரு தந்திக்குமா பஞ்சமாப் போச்சு. கடசி நேரத்துலயாச்சும் அவுக மொகத்துல முழிச்சிருப்பனே. அடுத்தவுகள அண்ணனா நெனச்சுக்கிட்ருக்கிறது சுத்த பைத்தியாரத் தனம்."

தமிழய்யா பாண்டியனுக்கருகில் உட்கார்ந்தார்.

"பாண்டியன் என்ன இது."

"நாந்தான் பெறந்து நாலெட்டு வைக்கிறதுக்குள்ள பெத்தவள விழுங்கீட்டென். அடுத்தவுகளுக்காச்சும் குடுத்துவைக்கப்புடாதா."

பாண்டியனின் கோவம் கண்ணீராக உருகியது. தமிழய்யா தேற்றினார்.

"சாமிமேல தப்பில்ல. ஆத்து வெள்ளத்துல அடிச்சிட்டுப் போயிட்ட அம்மாவத் தேடிக் கண்டுபிடிக்கிறதுக்கே மூணு நாளாகியிருக்கு. மூணு மைல் தாண்டி காக்காயும் கழுகும் கொத்திக் கொதறி அடையாளங் கொலஞ்சு கெடந்துருக்காங்க. அவங்களோட முழு மொகத்தப் பாக்க இவருக்கே கொடுத்துவைக்கல. பாலத்துமேல போற தண்ணி ஒண்ணுஞ் செய்யாது கடந்துறலாம்னு எறங்கியிருப்பாங்க. நடுவுல பாலம் ஒடஞ்சிருந்தது தெரியாமப் போச்சு. இவரு அம்மாவத் தகனஞ் செய்வாரா அடுத்தவங்களுக்குத் தகவலனுப்புவாரா."

ரங்கராஜன் அமைதியாக அழுதுகொண்டிருந்தார். பாண்டியன் குற்ற உணர்வில் தலை குனிந்தார்.

எல்லா வாத்தியார்களும் ரூமுக்கு வந்து ரங்கராஜனிடம் துக்கம் விசாரித்தார்கள். சீனிவாசன் அடைக்கலம் ரெண்டு பேரும் வந்தார்கள். அப்புறம் வையாபுரி மாணிக்கம் வீரணன். அய்யாத்துரைகூட வந்து போனார். ராஜேஸ்வரி முதல் முறையாக டீச்சர்ஸ் ரூமில் சந்தித்துப் பேசிக்கொண்டிருந்தாள். எட் மாஸ்டர் தமிழய்யாவிடமும் ருக்மணி வையாபுரியிடமும் விசாரித்தார்கள்.

தமிழய்யா அடுத்தடுத்து ரெண்டு வாரம் தென்காசிக்குப் போனார். ரெண்டு வாரமும் ஒவ்வொருநாள் கூடுதலாக லீவு போட்டுத் தங்கிவிட்டுத்தான் திரும்பினார். பாண்டியனுக்கு இது புதுசாக இருந்தது. ஆனால், எதுவும் கேட்டுக்கொள்ளவில்லை. சில நாள் ராத்திரி அய்யாத்துரையும் தமிழய்யாவும் ஸ்கூல் படிக்கட்டில் உட்கார்ந்து தனியாகப் பேசினார்கள். பாண்டியன் அதிலும் கவனஞ் செலுத்தவில்லை.

மனக்கஷ்டத்துக்கிடையிலும் தமிழய்யா பாண்டியனின் நிச்சயதார்த்தம் பற்றி ரங்கராஜனிடம் சொல்லிவிட்டார்.

"நீங்க இல்லாம நிச்சயதார்த்தம் நடக்கவே கூடாதுன்னு பாண்டியன் ஒத்தக்கால்ல நின்னாரு. நாந்தான் கட்டாயப்படுத்திச் சம்மதிக்க வச்சென்."

ரங்கராஜன் களங்கமில்லாமல் சொன்னார்.

“நல்ல காரியம் பண்ணினேள். பாண்டியனோட அப்பா இதுக்குச் சம்மதிச்சாரு பாருங்கோ அவர்தான் மனுஷன். நேக்கு அந்தக் கவலதான் உறுத்திண்டுருந்துச்சு. இனிக் கஷ்டமில்ல. டீச்சர் பாக்கியசாலி.”

தமிழய்யாவுக்குள் ரங்கராஜன் நிறைந்திருந்தார்.

மூணு நாளாயிற்று. வையாபுரி கிரவுண்டுக்கு ஓடி வந்து பாண்டிய னிடம் சொன்னான்.

“நம்ம சாமிய மாத்தி உத்தரவு வந்துருக்கு சார்.”

“என்னவே வெளையாடுறயா.”

“நெசமாச் சொல்றென் சார். ஆழ்வார்திருநகரிக்குப் போட்ருக்கு. அவுக ஊருக்குப் பக்கத்துலதான்.”

பாண்டியன் தமிழய்யாவிடம் ஓடினார்.

“சார் இது அநியாயம் அக்கிரமம். ரங்கராஜன் சார மாத்தீட்டாக.”

தமிழய்யா சாதாரணமாகக் கேட்டார்.

“அதுக்கென்ன பாண்டியன்.”

“மத்தவுகெல்லாம் இருக்கயில இவருதானா கெடச்சாரு.”

“எல்லாருமே இண்ணைக்கில்லன்னா நாளைக்குப் போறவங்க தான. அப்புறம் நீங்க எங்கயோ நான் எங்கயோ. சாமி கொஞ்சம் முந்திக்கிட்டாரு அவ்வளவுதான்.”

“இது அந்த எட் மாஸ்டர் வேலையாத்தான் இருக்கும்.”

“நாளைக்கு தமிழ் வாத்தியார மாத்தீட்டா யாருமேல பழி சொல்லுவீங்க. ஏன் சாமியே கேட்டு வாங்கியிருக்கலாமில்ல. கிட்ட ருந்தா குடும்பத்தக் கவனிச்சுக்கிறலாம்.”

“இருக்காது. அவரு போயிக் கேட்ருக்கவே மாட்டாரு.”

“அப்ப நீங்க போயிக் கேட்டீங்களா.”

“அதுல எனக்கு ரெம்பச் சந்தோசம் பாருங்க.”

“கடசிக்கு நாந்தான் செஞ்சன்னு சொல்லப்போறீங்களா.”

“இருந்தாலும் இருக்கும்.”

“அப்படின்னே வச்சுக்கங்களேன்.”

“சார்... நீங்க...”

“நானேதான் பாண்டியன்.”

“அவருக்குத் தெரியுமா.”

“யாருக்கும் தெரியாது.”

“ஏன் சார் இப்படிச் செஞ்சீக.”

“எல்லாம் அவரோட நன்மைக்குத்தான். இந்த நெலமையில அவரு மாத்திப்போறது நல்லதுன்னு பட்டது. இங்கயும் நிம்மதியில்லாம குடும்பத்தவும் பாத்துக்கிற முடியாம எப்படி தொழில்ல கவனஞ் செலுத்த முடியும். இதுக்கு நம்ம செய்யக்கூடியது என்னன்னு யோசிச்சுப் பாத்தென். ஒரு வழி தட்டுப்பட்டது. யாரு மொகத்துல முழிக்கக்கூடாது. யாருட்ட எந்த ஒதவிக்கும் போகக்கூடாதுன்னு வைராக்கியமா இருந்தனோ அதே பால்வண்ணம் பிள்ளையிட்டப் போயி தலையச் சொறிஞ்சென். சுயமரியாதையெல்லாம் ஒடப்புல தூக்கிப்போட்டாச்சான்னு அவரோட சிரிப்பு கேக்கிற மாதிரி இருந்தது. நான் விஷயத்த மட்டும் சொன்னெஎன். அப்ப ஒனக்கோ ஒம் பொண்ணுக்கோ ஒதவி வேண்டாமாக்கும்னு ஏளனமாப் பாத்தாரு. நான் தரையப் பாத்தென். கண்டிப்பா ஏற்பாடு செய்றென் போங்கன்னாரு. அதுபோதும்னு சொல்லீட்டு வந்துட்டென்.”

பாண்டியன் தமிழய்யாவின் கைகளைப் பிடித்துக்கொண்டார்.

“என்ன சொல்றதுன்னே தெரியல சார்.”

“இந்த நாடகத்த யாருட்டயும் சொல்லாமருந்தாப் போதும்.”

ரங்கராஜன் இதைப் பெரிசுபடுத்தவில்லை.

“தெரிஞ்சோ தெரியாமலோ நல்லது செஞ்சிருக்கறா. ஒரு வெதத்துல நேக்குச் சந்தோஷம். ஒங்கள விட்டிண்டு போறதுதான் வருத்தம்.”

பாண்டியன் சொன்னார்.

“அடுத்த வருசமே நானும் தமிழய்யாவும் அங்க மாத்தி வந்துருவொம் சார்.”

ரங்கராஜன் முகத்தில் குறும்பு.

“பாத்தேளா. அதுக்குள்ள டீச்சர மறந்துட்டேளே.”

இந்தக் கலகலப்பில் தமிழய்யாவுக்கு எல்லாமே மறந்துவிட்டது.

உத்தரவுப்படி முதலில் ரங்கராஜன்தான் நகரணும். அவர் ஆழ்வார்திருநகரிக்காரரைக் கிளப்ப அங்கிருப்பவர் முக்கூடலுக்குப் போகணும். முக்கூடல்காரர் பாறைக்குளம் வரணும்.

ரங்கராஜன் புதன்கிழமை பாறைக்குளத்தில் கணக்கை முடித்துக்கொண்டார். தங்கச்சாமியிலிருந்து வீரணன்வரை சொல்லிவிட்டு சாயங்காலம் புறப்பட்டார். தமிழய்யா எவ்வளவோ வற்புறுத்தியும் ஹெட்மாஸ்டரைப் பார்க்க மறுத்துவிட்டார். கடைசியில் அய்யாத்துரையின் வீட்டுக்குப் போக மறக்கவில்லை. பாண்டியனும் கூடப் போனார். அய்யாத்துரையின் குடும்பமே தெருவரை வந்து வழியனுப்பியது. அவரது சம்சாரம் கடைசியாகச் சொன்னது.

"வெளையாட்டுக்காரத் தம்பிய தனியா வுட்டுட்டுப் போறீகளே."

"அவருக்குத்தான் நெரந்தரமா ஒரு தொணையத் தேடிக் கொடுத்துட்டேளே."

பாண்டியன் குறுக்கிட்டார்.

"சார் நானும் ஊர்வரைக்கு வரட்டுமா."

ரங்கராஜன் திட்டவட்டமாகச் சொல்லிவிட்டார்.

"இப்ப வந்து கடனக் கழிச்சிடலாம்னு பாக்கறேளா. அப்புறமா குடும்பத்தோட வரேள். ஒரு வாரம் எங்களோட தங்கறேள்."

ரங்கராஜனை பஸ்ஸில் அனுப்பிவைக்க பாண்டியன் தமிழய்யா கிராப்ட் மூணு பேர் வந்தார்கள். அவர்களுக்குப் பின்னால் பெட்டி படுக்கையைச் சுமந்துகொண்டு வையாபுரியும் வீரணனும் பஸ் ஸ்டாண்டில் நிற்காமல் பேசிக்கொண்டே முக்கு ரோட்டுக்கு வந்தார்கள்.

பாண்டியன் வையாபுரியிடம் கேட்டார்.

"என்னவே சோகமா இருக்க. இண்ணைக்கோட சீட்டுக் கிழிஞ் சிருமேன்னு பயமா."

"எனக்கென்ன பயம் சார். நான் எத்தன பேரு சீட்டக் கிழிச் சிருப்பென் தெரியுமா."

"அப்படியா. நீ சொல்லித்தான் தெரியிது."

பாண்டியன் கிராப்ட் பக்கம் நகர்ந்தார். கிராப்ட் பரிதாபமாகப் பார்த்தார்.

"சார்வாள் நம்மகிட்ட வந்துட்டீங்களா."

"ரங்கராஜன் சாருக்கு ஒங்க ஞாபகமா பொடி டப்பாவக் குடுத்தனுப்புங்கன்னு சொல்லத்தான் வந்தென். ஒங்களுக்கு நான் புதுசா வெள்ளியில வாங்கித்தாறென்.

“சும்மாருக்க வுடமாட்டீங்களே.”

“ஒங்களுக்குச் சம்பளம் கொறஞ்சாலும் டப்பாவுல பொடி கொறஞ்சிறப்புடாதே.”

தூரத்தில் கனைத்துக்கொண்டு வந்த பஸ் முக்குத் திரும்பி ஊருக்குள் ஓடியது. வையாபுரி கண்டக்டரிடம் குரல்கொடுத்தான்.

“அண்ணேன் திருனவேலி ஒண்ணு.”

எல்லாருடைய முகத்திலும் இனம்புரியாத வருத்தம். ரங்கராஜனையே பார்த்துக்கொண்டிருந்த வையாபுரிக்கு பேச்சுத் திணறியது.

“டிரில் மாஸ்டரய்யா இந்திய வெரட்றதுக்கு ஒங்களோட சண்ட போட்டாரு. ஆனா இப்ப ஒங்கள வெரட்டவேண்டிய நெலம.”

அவன் குழந்தையைப்போல் கண்ணைக் கசக்க ஆரம்பித்தான். ரங்கராஜன் அவனது தோளைப் பிடித்து உலுக்கியபடி பாண்டியனைக் கேட்டார்.

“பாண்டியன் கல்யாணத்த சொல்லாமக் கொள்ளாம நடத்த மாட்டேளே.”

“நீங்க வராம கலியாணமே நடக்காது சார்.”

“தென்காசிக்குப் போயி கேட்டுத் தெரிஞ்சிண்டாவது வந்து சேந்துடுவென்.”

தவித்துக்கொண்டிருந்த தமிழய்யாவுக்குக் குரல் தளுதளுத்தது.

“சாமி ஒங்களுக்காக இந்த ஏழத் தமிழ் வாத்தியான் வீடு எப்பவுமே தெறந்திருக்கும்.”

ரங்கராஜன் நன்றியுடன் ஏறிட்டார்.

ஊருக்குள்ளிருந்து பஸ் உறுமிக்கொண்டு வந்தது. வையாபுரி ஓடிப்போய் கைகாட்டி நிறுத்தினான். மாணிக்கம் சாமான்களை ஏற்றினான். ரங்கராஜன் ஏறிக்கொண்டார். அவரால் கீழே நிற்பவர்களைத் தெளிவாகப் பார்க்கமுடியாதபடி கண்ணீர்ப் படலம் மறைத்தது.

பஸ் புறப்பட்டதும் பாண்டியன் தமிழய்யாவின் தோளில் முகம் புதைத்துக்கொண்டு குமுறிக் குமுறி அழ ஆரம்பித்தார். சிட்டிகைப் பொடி நழுவ பஸ்ஸையே வெறித்துப் பார்த்துக்கொண்டிருந்தார் கிராப்ட். தமிழய்யா மட்டியைக் கடித்தபடி பாண்டியனைச் சமாதானப்படுத்தி முடித்ததும் மூணு பேரும் பஸ் போன திசையில் சோர்வாக நடக்கத் தொடங்கினார்கள்.

சும்மாட்டுத் தலையைச் சொறிந்தபடி சுயநினைவிழந்து நின்றிருந்த மாணிக்கத்தை உசுப்பி வீட்டுக்குக் கூட்டிப்போனான் வையாபுரி. அவர்களுக்கிடையே பேச்சு அறுந்திருந்தது.

பஸ் பாலத்தைக் கடந்தபோது தோட்டத்துக்குள்ளிருந்து ஓடிவந்த கிருஷ்ணசாமியைக் கவனித்துவிட்ட ரங்கராஜன் வெளியே தலை நீட்டி கையசைக்க மராத்தான் மம்பட்டி அந்தரத்தில் ஆடி ரெம்ப நேரம் வழியனுப்பிக்கொண்டிருந்தது.